कृषिमाल निर्यात मंत्र

गोविंद हांडे

सकाळ प्रकाशन

सकाळ प्रकाशन

Krushimaal Niryat Mantra

कृषिमाल निर्यात मंत्र

लेखक : गोविंद हांडे

चौथी आवृत्ती : सप्टेंबर २०१९

मुखपृष्ठ : शिवदास मोरे

मुद्रितशोधन व मांडणी : अश्विनी महाजन

प्रकाशक : सकाळ मीडिया प्रा. लि.
५९५, बुधवार पेठ,
पुणे ४११ ००२

ISBN : 978-93-87408-57-9

संपर्क : ०२०-२४४० ५६७८ / ८८८८८ ४९०५०
sakalprakashan@esakal.com

ॠण मातीचे...

कष्टाने मातीतून मोती पिकवण्यासाठी झिजणाऱ्या...

माझ्या मराठमोळ्या महाष्ट्राची शान असणाऱ्या...

मराठी मनाचा अभिमान असणाऱ्या...

धरतीमातेशी नाते जोडून, घाम गाळून भव्य स्वप्न उराशी बाळगणाऱ्या...

जगभर आपल्या मराठी माणसाचा नावलौकिक नेण्यासाठी झटणाऱ्या...

स्पर्धेत झोकून देणाऱ्या...

निर्यातक्षम शेतकरी बंधूंना

आणि

माझे वडील कै. गंगाराम हांडे व आई कै. कलावती हांडे यांना सादर अर्पण...

मनोगत

खुल्या जागतिक व्यापारामुळे आज सर्वांचे लक्ष निर्यातीकडे लागलेले आहे. प्रत्येकाला आशा निर्माण झालेल्या आहेत, की आपला माल निर्यात होऊन आपल्याला जास्तीत जास्त नफा मिळेल आणि देशालाही परकीय चलन मिळेल. शेतकऱ्यांना निर्यातीसंदर्भात भेडसावणाऱ्या सर्व प्रश्नांवर योग्य मार्गदर्शन आणि शेतमालाच्या निर्यातीस योग्य दिशा देणारी माहिती एकाच पुस्तकातून शेतकऱ्यांपर्यंत पोहोचावी यासाठी हे पुस्तक लिहिण्याचे ठरवले.

कृषिमाल निर्यातीकरिता नियम व अटींबाबत उत्पादक शेतकऱ्यांना सर्व माहिती असणे आवश्यक आहे. येथून पुढे शेतकऱ्यांना किंवा कृषी संस्थांना निर्यातीमध्ये स्वत: उतरणे गरजेचे आहे. एका देशातून दुसऱ्या देशात कृषिमाल निर्यात करण्यासाठी आंतरराष्ट्रीय पीक संरक्षण करार, १९५१ अन्वये फायटोसॅनिटरी प्रमाणपत्र घेणे बंधनकारक आहे. एका देशातून दुसऱ्या देशात कृषिमालाद्वारे किडी, रोग व तण यांचा प्रसार होऊ नये व त्याद्वारे माणूस, प्राणी व पिके यांना इजा पोहोचू नये किंवा नुकसान होऊ नये, हा त्या मागील मुख्य उद्देश आहे.

जागतिक व्यापार संघटनेद्वारे कृषिमाल आयात व निर्यात याकरिता विविध करार करण्यात आलेले आहेत. व्यापारी तसेच प्रगतिशील देश त्यांचे कटाक्षाने पालन करत आहेत. त्याबाबतही सर्व शेतकऱ्यांना, निर्यातदारांना माहिती नसते किंवा या बाबींची माहिती होण्यासाठी हे पुस्तक उपयुक्त ठरेल, असा विश्वास वाटतो.

राज्यातील कृषिमालाच्या निर्यातीस भासणारी प्रमुख अडचण म्हणजे पायाभूत सुविधांचा अभाव होय. कृषी निर्यात क्षेत्रांतर्गत खासगी, सहकारी गुंतवणूकदारांच्या सहभागाने पायाभूत सुविधानिर्मिती अपेक्षित आहे. या सुविधा उभारणीसाठी केंद्र सरकारच्या 'अपेडा', राष्ट्रीय बागवानी मंडळ आणि अन्नप्रक्रिया उद्योग मंत्रालय, तसेच राज्य सरकारच्या महाराष्ट्र राज्य फलोत्पादन अभियानांतर्गत अस्तित्वात असलेल्या योजनांमधून अनुदान उपलब्ध होत असते. काढणीपश्चात तंत्रज्ञान सुविधा निर्माण करण्यासाठी 'अपेडा', अन्नप्रक्रिया उद्योग मंत्रालय, राष्ट्रीय बागवानी मंडळ व राष्ट्रीय फलोत्पादन अभियान यांच्यामार्फत अर्थसाहाय्य प्राधान्याने उपलब्ध होणार आहे. याचा फायदा संबंधित शेतकरी, सहकारी संस्था व खासगी संस्था यांनी घ्यायला हवा.

निर्यातक्षम उत्पादन करण्यासाठी प्रशिक्षण देण्यासाठी कृषी विभाग, कृषी विद्यापीठे व केंद्र व राज्य सरकारच्या संस्था यांच्या सहकार्याने कृषी पणन मंडळ व महाराष्ट्र औद्योगिक विकास महामंडळ यांच्यामार्फत खास प्रयत्न करण्यात येत आहेत. याचाही शेतकऱ्यांनी जास्तीत जास्त लाभ घेतला पाहिजे.

सरकारच्या विविध योजनांची माहिती घेऊन शेतकऱ्यांनी शेतमालाची निर्यात वाढवली पाहिजे. जागतिक बाजारपेठेत टिकण्यासाठी अत्याधुनिक साधने, तंत्रज्ञान व प्रक्रिया समजून घेतल्या पाहिजेत. स्पर्धेत शिरकाव करताना आगामी काळात स्पर्धेत टिकण्यासाठी पुरेशी माहिती आणि स्वत:ला सक्षम राखणे गरजेचे आहे. आपले शेतकरीबांधव जागतिक बाजारपेठेत नावलौकिकास यायला हवेत. त्यासाठी या पुस्तकातील 'निर्यात मंत्र' त्यांना नक्कीच उपयुक्त ठरतील.

कृषिमाल निर्यातीशी संबंधित लेखन विविध दैनिके-मासिकांमधून करतच होतो; प्रशिक्षणांमध्येही सहभागी होऊन या विषयातील ज्ञान अद्ययावत ठेवण्यासाठी प्रयत्नशीलही होतो; मात्र ही माहिती पुस्तकरूपात आणावी यासाठी प्रोत्साहित करणारे गुरुवर्य सुधीरकुमार गोयल, निवृत्त अप्पर मुख्य सचिव कृषी आणि विपणन, महाराष्ट्र शासन तसेच एसआयएलसीचे अमोल बिरारी यांचे मनापासून आभार.

या पुस्तकाच्या निर्मितीसाठी सकाळ प्रकाशनाचे सरव्यवस्थापक आशुतोष रामगीर यांनी चिकाटीने केलेल्या पाठपुराव्यासाठी आणि पुस्तकाच्या देखण्या निर्मितीसाठी त्यांचे मनापासून आभार. पुस्तकावर संपादकीय संस्कार करणाऱ्या दीपाली चौधरी, पुस्तकाची मांडणी करणाऱ्या अश्विनी महाजन, विषयानुरूप मुखपृष्ठ करणारे शिवदास मोरे या सर्वांच्या सहकार्यासाठी मनापासून आभार.

आपल्या कार्यक्षेत्रात जे काही मिळवू शकतो त्यामागे आपल्या कुटुंबीयांचा पाठिंबा मोलाचा असतो. माझी सहचारिणी अनिता, मुलगा योगेश, मुलगी श्वेता, सून सायली आणि नात गार्गी या जिवलगांचे आणि डॉ. शंकरराव मुगावे व इस्माईल मुजावर या मित्रांचे आभार तर मानताच येणार नाहीत. त्यांच्या प्रेमातून मिळणारे बळ मोठे आहे.

या पुस्तकनिर्मितीत माझे सर्व सहकारी व शुभेच्छा देऊन पाठबळ देणारे सर्व मित्र, वेळोवेळी चर्चा करून उपयुक्त माहितीचे संदर्भ पुरवणारे आणि शेतकऱ्यांच्या निर्यातीबद्दलच्या प्रश्नांचे स्वरूप उलगडणारे महाराष्ट्रभरातील तज्ज्ञ, तसेच कृषी विभागातील सर्व अधिकारी व कर्मचारी या सर्वांचे योगदान फार मोलाचे आहे.

निर्यातवृद्धीसाठी सर्व शेतकरी बंधूंना शुभेच्छा!

गोविंद हांडे

अनुक्रमणिका

ॲग्रिकल्चर ॲण्ड अलाइड सेक्टर एक्सपोर्ट प्रमोशन कौन्सिल्स ॲण्ड बोर्ड्स ८

विभाग पहिला : आंतरराष्ट्रीय पीक संरक्षण करार, १९५१ आणि विविध प्रमाणीकरणे

आंतरराष्ट्रीय पीक संरक्षण करार, १९५१ .... १०

फायटोसॅनिटरी प्रमाणीकरण १४

सेंद्रिय प्रमाणीकरण १७

ॲगमार्क प्रमाणीकरण २२

ग्लोबल गॅप प्रमाणीकरण २४

हॅसेप प्रमाणीकरण २८

बियाणे निर्यातीसाठी इस्टा प्रमाणीकरण ३०

एफपीओ प्रमाणके ३२

फुलांच्या निर्यातीसाठी एमपीएस प्रमाणपत्र ३३

कृषिमाल भौगोलिक चिन्हांकन ३५

कीडनाशक उर्वरित अंश तपासणी ४२

निर्यातीसाठी कृषिमालाचे पॅकेजिंग ४५

आयात-निर्यात कोड महत्त्वाचा ५०

विभाग दुसरा : पीकनिहाय गुणवत्ता प्रमाणके आणि निर्यातीची कार्यपद्धती

आंबा ५४

कांदा ६२

केळी ६५

स्ट्रॉबेरी ६९

काजूगर ७२

द्राक्षे ७६
डाळिंब ८३
व्हेजनेट ९०

विभाग तिसरा : इतर महत्त्वाची माहिती

प्रमाणीकरणासाठी आवश्यक अर्जांचे नमुने ९६
कृषी उद्योगासाठी प्रोत्साहनपर शासकीय योजना १०१
कृषिमाल निर्यातीकरिता साहाय्य करणाऱ्या संस्था १०६
कृषी निर्यात क्षेत्रे १०९
हॉर्टिनेट सुविधा ११२
पिकांच्या उत्पादनात व निर्यातीत अन्नसुरक्षेचे महत्त्व ११६
कीड व रोग नियंत्रणाकरिता लेबल क्लेमचे महत्त्व १२१
कृषिमाल निर्यात : महत्त्वाचे प्रश्न १३१
महत्त्वाच्या वेबसाईट व त्यांचे तपशील १३७

AGRICULTURE AND ALLIED SECTOR EXPORT PROMOTION COUNCILS AND BOARDS

1. **Agricultural & Processed Food Products Export Development Authority (APEDA)**
   3rd Floor, NCUI Building 3, Siri Institutional Area, August Kranti Marg,
   (Opp. Asiad Village), New Delhi 110 016, India
   Phone: 91-11-2651 3204, 2651 3219, 26514572, 2652 6196 Fax: 91-11-2652 6187
   E-mail: headq@apeda.gov.in
2. **The Marine Products Export Development Authority (MPEDA)**
   MPEDA House, P.B. No. 4272, Panampilly Avenue, Panampilly Nagar P.O,
   Kochi 682 036, Kerala
   Phone: 91-484-2311979, 91-484-231 1901, Fax: 91-484-2313361
   E-mail: ho[at]mpeda[dot]gov[dot]in Website: www[dot]mpeda[dot]gov[dot]in
3. **The Cashew Export Promotion Council of India (CEPCI)**
   Cashew Bhavan, Mundakkal West, Kollam 691001, Kerala, India
   Phone. 91-474-274 2704 Email: cepci@cashewindia.org
4. **Spices Board of India** Sugandha Bhavan, N.H. By Pass, Palarivattom P.O.
   Cochin 682 025, Kerala, India
   Phone: 91-484-2333610-616 Fax: 91-484-2334429, 2331429
   E-mail: mail.sboard@gov.in
5. **National Horticulture Board (NHB)**
   85, Institutional Area, Sector - 18, Gurugram 122 015 (Haryana)
   Phone: 0124-2342992, 2347441, 2342989-90 Fax : 2342991
   Email: md@nhb.gov.in Web: http://www.nhb.gov.in
6. **Federation of Indian Export Organization (FIEO)**
   Niryat Bhawan, Rao Tula Ram Marg, Opp. Army Hospital Research & Referral,
   New Delhi 110 057
   Phone: 91-11-4604 2222, 2615 0101-04, Fax: 91-11-2614 8194, 2615 0077
   Email: fieo@fieo.org, Website: www.fieo.org
7. **Indian Institute of Foreign Trade (IIFT)**
   IIFT Bhawan, B-21, Qutab Institutional Area, New Delhi 110 016
   Phone: 91-11-3914 7200
8. **India Trade Promotion Organization (ITPO)**
   Pragati Bhawan, Pragati Maidan, New Delhi 110 001 (India)
   CIN: U74899DL1976NPL008453 Tel.: 91-11-23371540 (EPABX) Fax: 91-11-23371492
   E-mail: info[at]itpo[dot]gov[dot]in Website: http://www.indiatradefair.com
9. **Directorate General of Foreign Trade (DGFT)**
   Udyog Bhawan, H-Wing, Gate No. 2, Maulana Azad Road, New Delhi 110 011
   EPABX No. 011-2306 1562 EDI Helpdesk E-mail: dgftedi[at]nic[dot]in
   EDI Helpdesk Toll Free No. 1800111550
10. **National Medicinal Plants Board (NMPB)**
    Indian Red Cross Society (IRCS), Annexe Building, 1st & 2nd floor,
    1 Red Cross Road, New Delhi 110 001
    Tel: 011-2372 1840 E-mail: info-nmpb@nic.in Website: www.nmpb.nic.in

विभाग पहिला

आंतरराष्ट्रीय पीक संरक्षण करार
आणि
विविध प्रमाणीकरणे

आंतरराष्ट्रीय पीक संरक्षण करार, १९५१

एका देशातून दुसऱ्या देशात होणाऱ्या कृषिमाल निर्यातीद्वारे कीड-रोग-तण यांचा प्रसार होऊन त्याचा परिणाम माणसांवर, प्राण्यांवर व पिकांवर होऊ नये, तसेच त्यापासून मानवाच्या व प्राण्यांच्या आरोग्यास धोका निर्माण होऊ नये व पिकांनाही त्याची बाधा होऊ नये याकरिता १९५१मध्ये आंतरराष्ट्रीय पीक संरक्षण करार करण्यात आला आहे.

सदर करारामध्ये प्रगत, प्रगतिशील व अप्रगतिशील असे एकूण १६५ सदस्य-देश सहभागी असून, भारताचाही त्यात समावेश आहे.

सर्व सदस्य-देशांना कृषिमालाची आयात-निर्यात करण्याकरिता सदर करारातील सर्व तरतुदींची पूर्तता करणे बंधनकारक आहे.

सदर कराराची अंमलबजावणी करण्यासाठी प्रत्येक देशांत क्वारंटाईन विभागाची स्थापना करण्यात आलेली असते. भारतात राष्ट्रीय पीक संरक्षण संघटना (National Plant Protection Organisation) ही नवी दिल्ली येथे असून ती कृषी मंत्रालयाच्या मार्गदर्शनाखाली कार्यरत आहे.

एका देशातून दुसऱ्या देशात मनुष्य, प्राणी व पीक यांच्याद्वारे किडींचा व रोगांचा प्रसार होऊ नये म्हणून जागतिक अन्न संघटनेच्या मार्गदर्शनाखाली क्वारंटाईन रेग्युलेशनची अंमलबजावणी करण्यात येते. क्वारंटाईन रेग्युलेशनचे प्रामुख्याने तीन प्रकार आहेत.

१. मनुष्य क्वारंटाईन (Human Quarantine) याची अंमलबजावणी व नियंत्रण जागतिक आरोग्य संघटना (WTO) व कोडेक्स यांच्या मार्गदर्शनाखाली केले जाते. या कराराचा प्रमुख उद्देश एका देशातून दुसऱ्या देशात माणसांद्वारे किडी व रोग यांचा प्रसार होऊ नये म्हणून प्रत्येक देशास आपल्या देशाच्या ग्राहकांच्या हितासाठी बंधने घालण्याचे अधिकार आहेत. उदाहरणार्थ, प्लेगसारख्या रोगाची साथ आढळून आल्यास प्रत्येक सदस्य-देशास प्लेगमुक्त प्रमाणपत्र मागण्याचे अधिकार आहेत.

२. प्राणी क्वारंटाईन (Animal Quarantine) सदर करारानुसार एका देशातून दुसऱ्या देशात प्राणी व त्यांपासून बनवण्यात आलेले पदार्थ यांची निर्यात OIE (OIE - Office of International Eposetic) (अर्थात, 'Office International des Epizooties' या मूळ फ्रेंच शब्दाचा अर्थ आहे 'International Office for Animal Health') यांच्या मार्गदर्शनाखाली केली जाते. या कराराचा उद्देशही प्राण्यांच्या आयात-निर्यातीद्वारे किडी व रोग यांचा प्रसार होऊ नये म्हणून प्रतिबंध घालण्याचे अधिकार प्रत्येक सदस्य-देशाला आहेत. उदाहरणार्थ, बर्ड फ्लूसारख्या रोगांकरिता प्रतिबंध.

३. पीक क्वारंटाईन (Plant Quarantine)

याची अंमलबजावणी जागतिक अन्न संघटना व आंतरराष्ट्रीय पीक संरक्षण करारानुसार केली जाते.

एका देशातून दुसऱ्या देशात कृषिमालाची निर्यात करण्याकरिता आंतरराष्ट्रीय पीक संरक्षण करार १९५१नुसार फायटोसॅनिटरी प्रमाणपत्र (कीड व रोगमुक्तेचे प्रमाणपत्र) घेणे बंधनकारक आहे.

कृषिमालाची निर्यात प्रामुख्याने समुद्रमार्गे, हवाईमार्गे व शेजारील देशांना रस्त्यांद्वारे केली जाते. सदरच्या निर्यातीकरिता केंद्र सरकारमार्फत जेटी, विमानतळ नियुक्त केलेली आहेत. त्या ठिकाणीच केंद्र सरकारमार्फत प्रादेशिक पीक क्वारंटाईनची कार्यालये स्थापन करण्यात आली आहेत.

महाराष्ट्रात मुंबई येथून समुद्रमार्गे व हवाईमार्गे कृषिमाल निर्यात केला जातो. त्याशिवाय पुणे, औरंगाबाद व नागपूर विमानतळांनाही आंतरराष्ट्रीय विमानतळाचा दर्जा दिलेला आहे. तेथूनही कृषिमाल हवाईमार्गे निर्यात करता येऊ शकेल.

आंतरराष्ट्रीय प्रमाणके व स्वच्छता उपाययोजना (ISPM)

जागतिक व्यापार संघटनांच्या मार्गदर्शनाखाली आंतरराष्ट्रीय पीक संरक्षण करारामध्ये नव्याने काही सूचनांचा समावेश करून आंतरराष्ट्रीय प्रमाणके व स्वच्छता उपाययोजना (ISPM - International Standard for Phytosanitory Measures) नुसार अंमलबजावणी करण्यात येत आहे. आयएसपीएममध्ये एकूण १८ बाबींचा समावेश असून, त्यामध्ये अनुसरावयाच्या कार्यपद्धती दिलेल्या आहेत.

त्यातील प्रमुख बाबी पुढीलप्रमाणे आहेत :

■ **धोकादायक किडींचा व रोगांचा अभ्यास**

यामध्ये प्रत्येक सदस्य-देशाने त्यांच्या देशातील प्रमुख पिकांवरील किडींचा व रोगांच्या प्रादुर्भावांचा अभ्यास करून त्यांची माहिती सर्व सदस्य-देशांना द्यावयाची आहे.

त्याचा मुख्य उद्देश असा आहे की, आयातदार देशांनी कृषिमाल आयात करण्यापूर्वी, ज्या देशातून तो माल आयात होणार आहे, त्या देशात त्या कृषिमालावर प्रामुख्याने कोणत्या रोगांचा व किडींचा प्रादुर्भाव असतो, हे जाणून घेतले जाते. त्यानुसार सदरचा माल कीड व रोगमुक्त असल्याबाबत संबंधित देशाच्या प्लँट क्वारंटाईन ऑथॉरिटीकडून फायटोसॅनिटरी प्रमाणपत्रामध्ये अतिरिक्त हमींची नोंद घेऊनच आयातीची परवानगी दिली जाते.

सध्या प्रगत देश त्याची काटेकोरपणे अंमलबजावणी करत आहेत. शिवाय, श्रीलंका, बांगला देश यांसारख्या देशांमध्येसुद्धा फळमाशी (Fruit Fly)चा प्रादुर्भाव नसल्याच्या हमीवरच फळपिके आयात करण्यास परवानगी दिली जाते.

■ **कीड व रोगमुक्त क्षेत्र**

प्रमुख पिकांवर ज्या किडींचा व रोगांचा प्रादुर्भाव प्रामुख्याने मोठ्या प्रमाणावर होतो, अशा किडी व रोग याबाबत ते पीक कीड व रोगमुक्त असल्याबाबत क्षेत्र प्रमाणीकरण करण्याची कार्यप्रणाली ठरवून दिलेली आहे. त्यानुसार काही देश– विशेषत: फळमाशीकरिता कीड व रोगमुक्त क्षेत्रातील कृषिमाल म्हणून– युरोपीय देशांना निर्यात करत आहेत.

■ **लाकडी पॅकिंग मटेरिअल**

आयएसपीएम १५ नुसार कोणत्याही मालाची निर्यात / आयात लाकडी पॅकिंगद्वारे किंवा पॅलेटद्वारे केली जाते. त्याकरिता सदर लाकूड कीड व रोगमुक्त असल्याची हमी मागितली जाते. त्यासाठी मिथाईल ब्रोमाईड (MB) ट्रिटमेंट किंवा हॉट वॉटर ट्रिटमेंट बंधनकारक करण्यात आली आहे.

सदरची एमबी ट्रिटमेंट पीकसंरक्षण सल्लागार, भारत सरकार यांच्याकडून मान्यताप्राप्त पेस्ट कंट्रोल

फ्युमिगेशन परवानाधारकाकडून करून घेऊन लाकडाच्या पॅकिंग मटेरिअलवर आयएसपीएम १५ नुसार एमबीची ट्रिटमेंट केल्याची छपाई करणे, तसेच ते लाकूड कीड व रोगमुक्त असल्याबाबत फायटोसॅनिटरी प्रमाणपत्र देणे बंधनकारक केले आहे. भारतात एकूण १२० परवानाधारक पेस्ट कंट्रोल फ्युमिगेटर असून राज्यात एकूण २१ परवानाधारक आहेत.

जागतिक स्तरावरील अटींची पूर्तता करण्याकरिता शेतकऱ्यांनी त्यांचा माल कीड व रोगमुक्त, तसेच उर्वरित अंश नियंत्रण गुणवत्तेचे उत्पादन करणे, त्यानुसार रेकॉर्ड व प्रमाणीकरण करून घेणे अत्यंत आवश्यक आहे.

आरोग्यदायी शेतमालाला जागतिक स्तरावर मागणी

जागतिक पातळीवर ग्राहकांकडून आरोग्यदायी आणि प्रमाणित कृषी उत्पादनांची मागणी होऊ लागली आहे. यामुळे आंतरराष्ट्रीय स्तरावर दर्जा आणि गुणवत्ता यासाठी शेतमालाचे प्रमाणीकरण महत्त्वाचे आहे.

मालाची स्वच्छता, उर्वरित अंश तपासणी, पॅकिंग, ग्राहकांची सुरक्षितता, तसेच शेतमाल उत्पादनापासून ते ग्राहकांपर्यंत मालपुरवठा होईपर्यंत संपूर्ण साखळीची माहिती देण्याबाबत विविध प्रमाणीकरणांची पूर्तता निर्यातदारांना करावी लागते.

जागतिक बाजारपेठांमधील नियम व अटींबाबत शेतकऱ्यांना पुरेशी माहिती नसल्यामुळे, तसेच योग्य ती कागदपत्रे, प्रमाणीकरणाची हमी नसल्यामुळे स्वत:च्या नावे शेतमाल निर्यातीकरिता अडचणी निर्माण होत आहेत. निर्यातीकरिता आयात-निर्यात धोरणानुसार जी नियमावली ठरवून दिलेली आहे, ती समजावून घेऊन त्यानुसार शेतमाल निर्यात करण्याकरिता निर्यातदार बनण्यासाठी योग्य ते नियोजन करणे आता शक्य आहे.

> शेतमाल प्रमाणीकरणाचा फायदा निर्यातीबरोबरच स्थानिक बाजारपेठेसाठीसुद्धा होणार आहे. त्या दृष्टीने नेमकी कोणती प्रमाणपत्रे आवश्यक आहेत, त्यांचे महत्त्व काय, या बाबींची माहिती असणे गरजेचे आहे.

शेतमाल निर्यातीकरिता आवश्यक असणारी विविध प्रमाणीकरणे

१. फायटोसॅनिटरी प्रमाणपत्र
२. सेंद्रिय प्रमाणीकरण
३. ग्लोबल गॅप प्रमाणीकरण
४. ॲगमार्क प्रमाणीकरण
५. कीडनाशक उर्वरित अंश तपासणी
६. पॅकहाउस ॲक्रिडेशन
७. हॅसेप प्रमाणीकरण
८. बार कोडिंग
९. उगम प्रमाणपत्र (Source of Origin)
१०. फुलांसाठी एमपीएस प्रमाणीकरण

निर्यातीचे नियोजन करणाऱ्या आंतरराष्ट्रीय संस्था

१. जागतिक अन्न संघटना
२. जागतिक व्यापार करार
३. सॅनिटरी ॲण्ड फायटोसॅनिटरी मेजर्स
४. आंतरराष्ट्रीय पीक संरक्षण करार
५. इंटरनॅशनल स्टॅण्डर्ड फॉर फायटोसॅनिटरी मेजर्स

निर्यातीकरिता आवश्यक कागदपत्रे

१. कंपनी / संस्था नोंदणी
२. बँक अकाउंट नंबर
३. पॅन नंबर
४. आयात-निर्यात नंबर
५. अपेडाची नोंदणी
६. एक्सपोर्ट क्रेडिट गॅरंटी कॉर्पोरेशनची नोंदणी

निर्यातीस प्रोत्साहन देणाऱ्या केंद्र सरकारच्या संस्था

१. अपेडा
२. राष्ट्रीय फलोद्यान मंडळ
३. राष्ट्रीय फलोत्पादन अभियान
४. एक्झिम बँक
५. एक्सपोर्ट प्रमोशन कौन्सिल
६. केंद्रीय कृषी मंत्रालय
७. केंद्रीय वाणिज्य मंत्रालय व अन्न मंत्रालय
८. नाबार्ड
९. आयात-निर्यात धोरण
१०. कृषी निर्यात क्षेत्र

राज्य सरकारच्या संस्था / मंडळे

कृषी विभाग

१. महाराष्ट्र कृषी पणन मंडळ
२. महाराष्ट्र राज्य फलोत्पादन औषधी व वनस्पती मंडळ
३. महाराष्ट्र राज्य छोट्या शेतकऱ्यांचा व्यापार संघ

निर्यातीसंदर्भात मार्गदर्शनपर वेबसाईटची गरज

वरील सर्व बाबींसंदर्भात यंत्रणा, संस्था, कृषिमाल निर्यातीसंदर्भात होत असणारे बदल, मार्गदर्शन, उद्देश यांबाबतची सविस्तर माहिती सर्व शेतकरी, निर्यातदार यांना उपलब्ध होण्याच्या दृष्टीने आवश्यक आहे. आज ही माहिती काही मोजक्या प्रगतिशील शेतकऱ्यांना व निर्यातदारांना आहे. इतर सर्वसाधारण शेतकऱ्यांना अशी माहिती मिळणे अत्यंत गरजेचे आहे. सर्वसाधारण शेतकऱ्यांना इथून पुढे उपलब्ध होणाऱ्या संधीचा फायदा घेणे व नियोजन करणे, पूर्वनियोजन करून अडचणींवर मात करणे व जागतिक बाजारपेठ काबीज करणे शक्य व्हावे, हा याचा मुख्य उद्देश आहे.

राज्यामध्ये मोठ्या प्रमाणात फळे, भाजीपाला व फुले यांचे चांगल्या प्रतीचे उत्पादन घेतले जाते. परंतु त्यांची निर्यात कोठे आणि केव्हा करावयाची; तसेच गुणवत्तेचे निकष, विविध प्रमाणीकरणांचे प्रकार, क्वारंटाईन रेग्युलेशन यांची माहिती नसल्यामुळे किंवा त्यांची पूर्तता करू न शकल्यामुळेही शेतकऱ्यांना कृषिमाल निर्यातीत अडचणी येतात. यासाठी योग्य त्या नियोजनाची गरज आहे.

❑

फायटोसॅनिटरी प्रमाणीकरण

फायटोसॅनिटरी प्रमाणपत्र

आंतरराष्ट्रीय पीक संरक्षण करारानुसार सर्व देशांना शेतमालाची आयात-निर्यात करताना फायटोसॅनिटरी प्रमाणपत्र देणे बंधनकारक आहे. या प्रमाणपत्राशिवाय शेतमालाची आयात-निर्यात करता येत नाही. जागतिक व्यापार संघटनेद्वारे कृषिविषयक विविध करार करण्यात आले आहेत. यामध्ये सॅनिटरी आणि फायटोसॅनिटरी करार (SPS Agreement) महत्त्वाचा आहे. याप्रमाणेच मानवाचे आरोग्य, वातावरण, सुरक्षितता, कीड आणि रोग नियंत्रण याबाबत तरतुदी करण्यात आल्या आहेत. त्यांची अंमलबजावणी प्रामुख्याने प्रगत आणि प्रगतिशील देश करत आहेत. यामध्ये अद्ययावत प्रमाणीकरणास विशेष महत्त्व प्राप्त झाले आहे.

फायटोसॅनिटरी प्रमाणपत्रासाठी आवश्यक कागदपत्रे

१. प्रपत्र 'अ'मध्ये दोन प्रतींमध्ये अर्ज
२. प्रोफार्मा इनव्हॉइसची प्रत
३. आयातदार व निर्यातदार यांच्यामध्ये करण्यात आलेल्या करारनाम्याची प्रत
४. आयात व निर्यात कोड नंबरची प्रत
५. उर्वरित अंश तपासणी अहवालाची पांढऱ्या व हिरव्या रंगाची मूळ प्रत
६. कंटेनर लोडिंग / पॅकिंग लिस्ट
७. निर्यातक्षमबागेच्या नोंदणी प्रमाणपत्राची प्रत
८. प्रपत्र-५ मध्ये हमीपत्र
९. नोंदणीकृत बागेचे प्रपत्र-६ ब मध्ये तपासणी अधिकाऱ्यांमार्फत केलेल्या तपासणी अहवालाची प्रत
१०. प्रपत्र १५ मध्ये नोंदणीकृत बागायतदारांकडूनच माल खरेदी केल्याबाबत निर्यातदाराचे हमीपत्र
११. ज्या ठिकाणी शेतमालाचे स्टफिंग करण्यात येणार आहे, त्या शीतगृहास अपेडाच्या मान्यतेची प्रत
१२. ॲगमार्क प्रमाणीकरण करण्याकरिता डायरेक्टर ऑफ मार्केटिंग ॲण्ड इन्स्पेक्शन यांच्याकडे नोंदणी केलेल्या प्रमाणपत्र तसेच सर्टिफिकेट ऑफ ॲगमार्कचे प्रतवारी प्रमाणपत्र
१३. द्राक्षाच्या पॅलेटसाठी वापरण्यात येणाऱ्या लाकडी पॅलेटचे केंद्र शासनमान्य पेस्ट कंट्रोल ऑपरेटरकडून फ्युमिगेशन केल्याचे प्रमाणपत्र
१४. विहित केलेली फी चलनाद्वारे कोषागारात भरल्याची चलनाची मूळ प्रत

फायटोसॅनिटरी प्रमाणपत्र देणे

राज्यातील शेतकऱ्यांना व निर्यातदारांना निर्यातीविषयक सुविधा उपलब्ध करण्यासाठी तसेच राज्यातील कृषिमालाची तपासणी करून त्याचे निर्यातीसाठी प्रमाणीकरण करणाऱ्या यंत्रणेला मार्गदर्शन करण्यासाठी राज्य स्तरावर स्वतंत्र कक्ष

निर्माण करण्यात आला आहे.

राज्यातून कृषिमालाच्या निर्यातीला चालना देण्यासाठी केंद्र सरकारने राज्यातील पुणे (२), नाशिक (२), सांगली (२), सोलापूर (२), रत्नागिरी (१), सिंधुदुर्ग (१), अमरावती (१), लातूर (१), जालना (१), सातारा (१), अहमदनगर (१) व ठाणे (१) या बारा जिल्ह्यांमधील १६ अधिकाऱ्यांना फायटोसॅनिटरी प्रमाणपत्र देण्यासाठी नियुक्त केले आहे.

केंद्र सरकारमार्फतदेखील वाशी, शिवडी, मुंबई विमानतळ व नागपूर येथे या सुविधा उपलब्ध करण्यात आल्या आहेत.

सर्व फायटोसॅनिटरी अ‍ॅथॉरिटींना रिजनल प्लँट क्वारंटाईन स्टेशन - मुंबई, नॅशनल प्लँट प्रोटेक्शन ट्रेनिंग इन्स्टिट्यूट - हैदराबाद, कृषी आयुक्तालय - पुणे येथे वेळोवेळी प्रशिक्षण देण्यात येते.

राज्यातील सर्व फायटोसॅनिटरी अ‍ॅथारिटींना कीड व रोग तपासणी व फायटोसॅनिटरी प्रमाणीकरणासाठी आवश्यक सोयीसुविधा पुरवण्यात आलेल्या आहेत.

फायटोसॅनिटरी अ‍ॅथॉरिटींच्या साहाय्यासाठी राज्यात ४० फायटोसॅनिटरी निरीक्षक नियुक्त केलेले असून त्यांना कृषी आयुक्तालय, पुणे तसेच रिजनल प्लँट क्वारंटाईन स्टेशन, मुंबई येथे वेळोवेळी प्रशिक्षित करण्यात येते.

राज्यातील फायटोसॅनिटरी ऑथॉरिटी

१. सहसंचालक, रिजनल प्लँट क्वारंटाईन स्टेशन
हाजी बंदर रोड, शिवडी (पूर्व),
मुंबई ४०० ०१५
दूरध्वनी : ०२२-२३७५७४५९ /
२३७४८५४१ / २३७४४४१०
ई-मेल : rpqfstm@nic.in

२. एअर कार्गो कॉम्प्लेक्स,
सहारा एअरपोर्ट, मुंबई
दूरध्वनी : ०२२-२३७४८५४८
ई-मेल : rpqfstm@nic.in

३. न्हावाशेवा पोर्ट, मुंबई
दूरध्वनी : ०२२-२७२४१४९७
ई-मेल : rpqfstm@nic.in

४. नाशवंत कृषिमाल युनिट, मुंबई
दूरध्वनी : ०२२-२६८२८८९०
ई-मेल : rpqfstm@nic.in

५. प्लँट क्वारंटाईन युनिट,
कापूस एकात्मिक कीड व्यवस्थापन केंद्र,
एन. एस. बिल्डिंग, दुसरा मजला,
सिव्हील लाईन्स, नागपूर ४४० ००१
दूरध्वनी : ०७१२-२५६२२१५
ई-मेल : ipmmh15@nic.in

या सर्व उपक्रमांची अधिक माहिती करून घेण्यासाठी तसेच आपल्या निर्यातक्षम बागेची / शेताची ग्रेपनेट, अनारनेट, मँगोनेट किंवा व्हेजनेटअंतर्गत नोंदणी करण्यासाठी कृषी विभागाच्या तालुका / उपविभाग / जिल्हा कार्यालयाशी संपर्क साधावा.

संपर्कासाठी पत्ते

१. कृषी निर्यात कक्ष (संचालक, फलोत्पादनअंतर्गत)
कृषी आयुक्तालय, महाराष्ट्र राज्य,
साखर संकुल, दुसरा मजला,
शिवाजीनगर, पुणे ४११ ००५
ई-मेल : phytocellm@gmail.com

२. राष्ट्रीय कृषी व प्रक्रिया उत्पादने निर्यात विकास प्राधिकरण (अपेडा)
युनिट क्र. ३/४, चौथा मजला,
बिल्डिंग क्र. २, बँकिंग कॉम्प्लेक्स,
सेक्टर नं. १९/ए, वाशी,
नवी मुंबई ४०० ७०५
दूरध्वनी : ०२२-२७८४०९४९

क्र.	ऑथॉरिटीचा तपशील
राज्य सरकारचे ॲथॉरिटी	
१.	कृषी अधिकारी (पीक संरक्षण), कृषी आयुक्तालय, महाराष्ट्र राज्य, साखर संकुल, पुणे ४११ ००५
२.	कृषी अधिकारी, जिल्हा अधीक्षक कृषी अधिकारी कार्यालय, नाशिक
३.	कृषी अधिकारी, जिल्हा अधीक्षक कृषी अधिकारी कार्यालय, सोलापूर
४.	कृषी अधिकारी, जिल्हा अधीक्षक कृषी अधिकारी कार्यालय, सांगली
५.	कृषी उपसंचालक (फलोत्पादन ३), कृषी आयुक्तालय, महाराष्ट्र राज्य, साखर संकुल, पुणे ४११ ००५
६.	कृषी उपसंचालक, जिल्हा अधीक्षक कृषी अधिकारी कार्यालय, नाशिक
७.	कृषी उपसंचालक, जिल्हा अधीक्षक कृषी अधिकारी कार्यालय, सोलापूर
८.	कृषी उपसंचालक, जिल्हा अधीक्षक कृषी अधिकारी कार्यालय, सांगली
९.	कृषी उपसंचालक, जिल्हा अधीक्षक कृषी अधिकारी कार्यालय, अमरावती
१०.	कृषी उपसंचालक, जिल्हा अधीक्षक कृषी अधिकारी कार्यालय, रत्नागिरी
११.	कृषी उपसंचालक, जिल्हा अधीक्षक कृषी अधिकारी कार्यालय, सिंधुदुर्ग
१२.	कृषी उपसंचालक, जिल्हा अधीक्षक कृषी अधिकारी कार्यालय, लातूर
१३.	कृषी उपसंचालक, जिल्हा अधीक्षक कृषी अधिकारी कार्यालय, जालना
१४.	कृषी उपसंचालक, जिल्हा अधीक्षक कृषी अधिकारी कार्यालय, अहमदनगर
१५.	कृषी उपसंचालक, जिल्हा अधीक्षक कृषी अधिकारी कार्यालय, सातारा
१६.	कृषी उपसंचालक, जिल्हा अधीक्षक कृषी अधिकारी कार्यालय, ठाणे
केंद्र सरकारचे ऑथॉरिटी	
१.	रिजनल प्लँट क्वारंटाईन स्टेशन, मुंबई
२.	सेंट्रल इंटिग्रेटेड पेस्ट मॅनेजमेंट सेंटर, नागपूर

❑

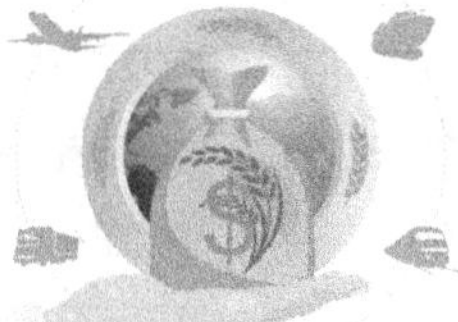

सेंद्रिय प्रमाणीकरण

मानवी आहारात भाजीपाल्याचा वापर मोठ्या प्रमाणात असतो. रासायनिक खते व औषधे यांच्या अति वापरामुळे व त्यातील उर्वरित अंशामुळे मानवी आरोग्यावर होणारे परिणाम याबाबत ग्राहकात निर्माण झालेली जागरूकता यामुळे सेंद्रिय भाजीपाला खाण्याकडे ग्राहकांचा कल वाढत आहे. तसेच जागतिक बाजारपेठांमध्ये ही सेंद्रिय प्रमाणित भाजीपाल्याची मागणी मोठ्या प्रमाणात वाढत आहे

सेंद्रिय बाजारपेठ स्थिर गतीने वाढत असताना त्यासंबंधी प्रमाणीकरण (सर्टीफिकेशन) आणि नियमावली अधिकाधिक कठोर आणि अनिवार्य होत आहे.

सेंद्रिय शेतीचा प्रमुख उद्देश

१ कृत्रिम रासायनिक निविष्ठा आणि जनुकीयदृष्ट्या बदल केलेले सजीव टाळणे

२ जी जमीन रसायनांपासून अनेक वर्षे (बहुधा तीन वर्षे) मुक्त आहे, अशा जमिनीचा वापर

३ उत्पादनाच्या आणि विक्रीच्या तपशीलवार नोंदी ठेवणे (लेखा परीक्षा नोंदी)

४ सेंद्रिय उत्पादने अप्रमाणित उत्पादनांपासून काटेकोरपणे वेगळी ठेवणे

५. ठरावीक कालावधीने उत्पादनाच्या जागेवरच तपासणी करून घेणे

प्रमाणीकरण प्रक्रिया

एखादे शेत प्रमाणित करून घेण्यासाठी शेतकऱ्यांना शेतीच्या नेहमीच्या कामाव्यतिरिक्त इतर अनेक कामे करावी लागतात.

- **सेंद्रिय मानकांचा अभ्यास :** शेतमालाची साठवण, वाहतूक आणि विक्री अशा शेतीच्या प्रत्येक बाबतीत आवश्यकतांच्या तपशिलाने समावेश असतो.
- **अनुपालन :** शेतावरील सुविधा आणि उत्पादनाच्या पद्धतीने मानकांचे अनुपालन करणे आवश्यक असते. ज्यामध्ये सुविधांमध्ये बदल करणे, स्रोतांमध्ये आणि पुरवठादारांमध्ये बदल करणे वगैरे आवश्यक ठरू शकतो.
- **लेख प्रविष्ठ करणे :** व्यापक कागदोपत्री व्यवहार करावा लागतो. शेताच्या इतिहासाचा तपशील, सध्याचा तपशील, मातीच्या व पाण्याच्या चाचण्यांचे निष्कर्ष नोंदवावे लागतात.
- **नियोजन :** एक लेखी वार्षिक उत्पादन योजना सादर करावी लागते. त्यामध्ये बियाण्यापासून विक्रीपर्यंत सर्व तपशील द्यावा लागतो. बियाण्याचे स्रोत, शेताचे आणि पिकाचे स्थान, खते आणि कीटकनाशक, कापणीच्या पद्धती, साठवणीचे स्थान वगैरे.

- **तपासणी :** शेतातील वार्षिक तपासण्या प्रमाणपत्र देण्याऱ्याकडून केल्या जातात. त्यामध्ये प्रत्यक्ष दौरा, नोंदीची तपासणी आणि तोंडी मुलाखत यांचा समावेश असतो.
- **शुल्क :** वार्षिक तपासणीसाठी / प्रमाणपत्रासाठी शुल्क आकारण्यात येते. ते प्रत्येक देशांमध्ये वेगवेगळे असतो.
- **नोंदी ठेवणे :** कोणत्याही वेळी सर्व कामाची नोंद करणाऱ्या लेखी, दैनंदिन कृषी आणि विपणन नोंदी तपासणीसाठी उपलब्ध असणे आवश्यक आहे.

या व्यतिरिक्त थोडीशी पूर्वसूचना देऊन किंवा न देताही तपासण्या केल्या जातात आणि ठरावीक चाचण्या (उदाहरणार्थ, जमिनीच्या पाण्याच्या किंवा रोपाच्या उतीच्या) घेतल्या जातात. पहिल्यांदा शेताला प्रमाणपत्र देताना जमीन निविष्ठा पदार्थांपासून (कृत्रिम रसायने) काही ठरावीक वर्षे मुक्त असणे ही प्राथमिक गरज असते. तीन वर्षांच्या या कालावधीसाठी, पारंपरिक शेताने सेंद्रिय मानकांचे पालन करणे अत्यावश्यक असते. याला संक्रमण काल असे म्हणतात. संक्रमण कालातील पिकांना पूर्णतः सेंद्रिय समजले जात नाही. ज्या शेतात अगोदरपासूनच रसायनांशिवाय पिके घेतली जातात त्याला सामान्यतः विनाविलंब प्रमाणपत्र मिळते.

शेताव्यतिरिक्त इतर परिचालनासाठीही प्रमाणपत्र अशाच रीतीने देण्यात येते. तेथे घटकद्रव्यांवर, इतर निविष्ठांवर तसेच प्रक्रियेच्या हाताळणीच्या स्थितीवर भर दिला जातो.

सेंद्रिय पद्धतीने भाजीपाला तयार करण्यासाठी तपासणी आणि प्रमाणीकरण मान्यताप्राप्त प्रमाणीकरण यंत्रणेकडून करून घेणे आवश्यक आहे. सेंद्रिय भाजीपाला खरेदी करणाऱ्या ग्राहकाची फसवणूक होऊ नये यासाठी प्रमाणीकरण आवश्यक आहे. भाजीपालानिहाय सलग क्षेत्र असलेल्या शेतकऱ्यांचे गट तयार केल्यास प्रमाणीकरण करणे सहज शक्य होते. सेंद्रिय भाजीपाला शेतीचे प्रमाणीकरण करण्यासाठी सेंद्रिय पद्धतीने सलग तीन वर्षे पिके घेणे महत्त्वाचे आहे. ज्या वर्षी सेंद्रिय पद्धतीने भाजीपाला उत्पादन पद्धतीचा अवलंब करणार त्याच वर्षी प्रमाणीकरण संस्थेकडे अर्ज पाठवणे आवश्यक असते.

अ) प्रथम वर्ष : सेंद्रिय शेती प्रमाणीकरणाच्या वाटचालीचे पहिले वर्ष

ब) दुसरे वर्ष : रूपांतरित

क) तिसरे वर्ष : अल्प मुदतीच्या पिकांसाठी (भाजीपाला) प्रमाणित सेंद्रिय

ड) चौथे वर्ष : शेती प्रमाणित सेंद्रिय माल

सेंद्रिय भाजीपाला प्रमाणीकरणाचे दोन प्रकार आहेत.

१. सेंद्रिय शेती पद्धतीचे प्रमाणीकरण

२. सेंद्रिय भाजीपाला मालाचे प्रमाणीकरण

१. सेंद्रिय शेती पद्धतीचे प्रमाणीकरण

सेंद्रिय भाजीपाला वैयक्तिक शेतकरी पातळीवर तयार करण्यासाठी प्रामुख्याने पुढील महत्त्वाच्या नोंदी ठेवणे आवश्यक आहे.

१. अंतर्गत सेंद्रिय मानके पुस्तक

२. शेतकऱ्यांचे करारपत्र : शेतकऱ्याचा गट ज्या संस्थेशी संलग्न आहे, त्यांच्याबरोबर करारपत्र करावे.

३. शेत ओळखण्यासाठी बोर्ड : ज्यावर शेतकऱ्याचे नाव, सभासद क्रमांक, गाव, नकाशा, एकूण क्षेत्र इत्यादी तपशील द्यावा.

४. परिवर्तन व्यवस्थापन नियोजन : यात रासायनिक शेतीचे रूपांतर सेंद्रिय शेती पद्धतीत कसे केले जाणार आहे, याचा उल्लेख असावा.

५. शेतकऱ्याची दैनंदिनी, मालाची खरेदी-विक्री

६. उत्पादित मालाच्या साठवणुकीसाठी भांडारगृह, उत्पादित माल व इतर वस्तूंची

स्वच्छता, साफसफाई करावी. शेताच्या बाहेरील बांधावरील सुधारणांचे नियोजन

७. बी-बियाणे व इतर निविष्ठा खरेदी करत असताना GMO प्रमाणपत्र घेतले पाहिजे.

२. सेंद्रिय भाजीपाला मालाचे प्रमाणीकरण

१. ज्या शेतकऱ्यांना आपल्या भाजीपला शेतीचे प्रमाणीकरण करावयाचे आहे तो शेतकरी प्रमाणीकरण संस्थेस फोन, फॅक्स, टपालाद्वारे संपर्क साधतो.

२. प्रमाणीकरण करणारी संस्था सदर शेतकऱ्यास आवश्यक ते अर्जाचे नमुने, माहितीपत्रके, प्रश्नावली, राष्ट्रीय मानके इत्यादी माहिती पाठवते.

३. शेतकरी आपला अर्ज पूर्ण भरून प्रमाणीकरण संस्थेस परत पाठवतो.

४. अर्जाचा पूर्ण विचार करून प्रमाणीकरण संस्था संबंधित शेतकऱ्यांना प्रमाणीकरणाचा अंदाजे किती खर्च येईल यांचे अंदाजपत्रक किंवा ऑफर लेटर पाठवते. सोबत करारपत्रही पाठवते.

५. शेतकऱ्यास स्टँपपॅड करारपत्रावर सह्या करून ७५ टक्के फी आगाऊ भरावी लागते. अपेडाद्वारे तपासणी फी निर्धारित करण्यात आलेली आहे.

६. प्रमाणीकरण संस्था नंतर शेतकऱ्यांशी चर्चा करून निरीक्षणाची तारीख निचित करते.

७. निरीक्षणाच्या वेळेस निरीक्षक करारपत्राची प्रत परत शेतकऱ्यास देतात. निरीक्षक शेतीचे निरीक्षण करतात आणि आपला अहवाल तयार करतात.

८. निरीक्षण अहवालाची एक प्रत शेतकऱ्यास दिली जाते.

९. निरीक्षक आपला अहवाल प्रमाणीकरण करणाऱ्या संस्थेस सुपूर्त करतो.

१०. संबंधीत शेतकऱ्याची संपूर्ण फाईल प्रमाणीकरण समितीकडे अंतिम निर्णयासाठी पाठवण्यात येते.

११. प्रस्ताव पूर्ण झाल्यावर शेतकऱ्यास उरलेली फी देण्याबाबत कळवण्यात येते.

१२. प्रमाणपत्रामध्ये दर्शवल्याप्रमाणे शेतकरी आपला उत्पादित सेंद्रिय माल प्रमाणीकरणाच्या कालावधीनुसार योग्य ते लेबल लावून स्थानिक बाजारात तसेच जागतिक बाजारपेठांमध्ये विक्री करू शकतो.

सेंद्रिय भाजीपाला प्रमाणीकरणासाठी आवश्यक बाबी

१. माती व पाणी तपासणी
२. सेंद्रिय शेतीसाठी जमीन तयार करणे
३. पेरणीचे / लागवडीचे बियाणे
४. सेंद्रिय शेतीच्या निष्कर्षानुसार पेरणी / लागवड
५. जैव विघटनक्षम खताची, जैविक कीड व रोग नियंत्रकाची निर्मिती व वापर
६. सेंद्रिय मानकांनुसार शेतकऱ्यांनी फार्म शेड, जनावरांचे गोठे, साठवणगृह तयार करणे
७. खुरपणी, कोळपणी व तण बंदोबस्त
८. काढणी व साठवण
९. अधिकृत आंतरराष्ट्रीय प्रमाणीकरण यंत्रणेद्वारे अशा शेतीची पाहणी व प्रमाणीकरण
१०. प्रक्रिया व विक्रीसंबंधी पुढील व्यवस्था करणे

जागतिक प्रमाणीकरण संस्था

बहुतेक देशांमध्ये सेंद्रिय मानके सरकारमार्फत तयार करण्यात येतात आणि सरकारची त्यांच्यावर देखरेखही असते. युनायटेड स्टेट्स, युरोपियन युनियन आणि जपान या तीन प्रमुख सेंद्रिय बाजारपेठांमध्ये सेंद्रिय भाजीपाल्याचे उत्पादन व वापर केला जातो. या देशांतील सेंद्रिय कायदे समावेशक स्वरूपाचे आहेत आणि 'सेंद्रिय' ही संज्ञा

वापरण्याची मुभा फक्त प्रमाणित उत्पादकांनाच आहे. सेंद्रिय कायदे नसलेल्या देशांमध्ये शासकीय मार्गदर्शक तत्त्वे अस्तित्वात असतात किंवा नसतातही. प्रमाणीकरणाचे काम गैरव्यापारी संस्था किंवा खाजगी कंपन्या करतात.

प्रमुख देशांतील प्रमाणीकरण यंत्रणा

क्र.	देश	प्रमाणीकरण यंत्रणा / संस्था
१	युरोपियन युनियन	इंटरनॅशनल फेडरेशन ऑफ ऑरगॅनिक ॲग्रीकल्चर मुव्हमेंट्स (IFOAM)
२	युनायटेड किंगडम	युके रजिस्ट्र ऑफ ऑरगॅनिक फूड स्टँडर्ड्स (UKROFS)
३	यूएसए	नॅशनल ऑरगॅनिक प्रोग्रॅम (NOP)
४	जपान	जपानीज ॲग्रीकल्चर स्टँडर्ड (JAS)
५	ऑस्ट्रेलिया	ऑस्ट्रेलिया क्वारंटाईन ॲण्ड इन्स्पेक्शन सर्व्हिस (A QIS)
६	भारत	नॅशनल प्रोग्रॅम फॉर ऑरगॅनिक प्रॉडक्शन (NPOP)

सेंद्रिय शेतमालाला असलेली निर्यात बाजारपेठ ही भारतातील सेंद्रिय शेतीची मुख्य प्रेरणा आहे. भारतातून ३१ सेंद्रिय उत्पादने निर्यात होतात. भारत सेंद्रिय चहाचा निर्यातदार म्हणून प्रसिद्ध आहे. सेंद्रिय भात, भाज्या, कॉफी, तेलबिया, गहू आणि कडधान्ये यांनाही चांगला प्रतिसाद आहे. फळपिकांपैकी केळी, आंबा आणि संत्री ही सर्वाधिक पसंतीची सेंद्रिय उत्पादने आहेत

भारत सरकारच्या व्यापार मंत्रालयाने पुढील सहा संस्थांमार्फत देशांमध्ये स्थानिक पातळीवर विविध प्रमाणीकरण यंत्रणांना मान्यता देण्याची जबाबदारी सोपवलेली आहे. या संस्थांना ॲक्रिडेशन एजन्सी असे म्हणतात.

१. अपेडा
२. टी बोर्ड
३. स्पायसेस बोर्ड
४. कॉफी बोर्ड
५. कोकोनट डेव्हलपमेंट बोर्ड
६. डायरेक्टोरेट ऑफ कॅश्यु आणि कोको

भारतातील सेंद्रिय उत्पादनांची टक्केवारी

चहा	२४ टक्के
भात	२४ टक्के
फळे व भाजीपाला	१७ टक्के
गहू	१० टक्के
कापूस	८ टक्के
मसाले	५ टक्के
कॉफी	४ टक्के
कडधान्य	३ टक्के
काजू	३ टक्के
इतर	२ टक्के

सेंद्रिय भाजीपाला उत्पादन प्रमाणीकरण करण्यासाठी एकूण ११ संस्थांना प्रमाणीकरण करण्याकरिता तपासणीचे अधिकार दिलेले आहेत. त्यापैकी महाराष्ट्रातील चार संस्था आहेत.

१. BVQI (India) Pvt. Ltd. Mumbai
२. ECOCERT SA (India Branch) Aurangabad
३. International Resources for Fairer

Trade Mumbai

४. National Organic Certification Association (NOCA) Pune

सेंद्रिय माल आयात करणारे प्रमुख देश

जर्मनी : फळे व भाज्या, चहा, कॉफी, मसाले

युके : फळे व भाज्या

नेदरलँड : ताजी फळे व भाज्या, धान्य, तृणधान्य चहा व वनौषधी

भारतातून ६४ निर्यातदारांमार्फत सेंद्रिय माल निर्यात केला जातो. त्यामध्ये सात निर्यातदार महाराष्ट्रातील आहेत.

१. Amit Green Auto Pvt. Ltd. Mumbai

२. Bheda Brothers, Mumbai

३. H Beda & Co. Mumbai

४. Indway International, Mumbai

५. Mahesh Agri exim Pvt. Ltd., Mumbai

५. Vidarbha Organic Farmers Association, Yevatmal

६. Weikfield Product Co., Pune

सेंद्रिय प्रमाणीकरणाबाबतची सविस्तर माहिती अपेडाच्या (www.apeda.com) वर उपलब्ध आहे. सेंद्रिय भाजीपाला उत्पादन करण्याकरिता शेतकऱ्यांनी अपेडामार्फत अधिकृत केलेल्या संस्थेमार्फत प्रमाणीकरण करून घेणे आवश्यक आहे.

❑

सेंद्रिय मसाला उत्पादनाला वाढती मागणी

भारतामध्ये जवळजवळ ५० प्रकारच्या वेगवेगळ्या पिकांची लागवड केली जाते. सध्या जवळपास २.७ दशलक्ष टन मसाल्याचे उत्पादन भारतात घेतले जाते. यापैकी ०.२५ दशलक्ष टन (८ ते १० टक्के) उत्पादन १५० देशांना निर्यात केले जाते. मसाला पिकांच्या जागतिक व्यापारात ४५ ते ५० टक्के वाटा भारताचा आहे.

सध्याच्या मसाला पिकांच्या व्यापाराचा ट्रेंड लक्षात घेता सेंद्रिय पद्धतीने उत्पादित केलेल्या उत्पादनाला चांगली मागणी आहे. विशेषतः युरोप, अमेरिका, जपान, ऑस्ट्रेलिया या देशांनी उत्पादनाची मागणी नोंदवलेली आहे. सध्या या देशांमध्ये सेंद्रिय मसाला उत्पादनांची बाजारपेठ १ ते १.५ टक्के आहे. या देशात निर्यातीसाठी मात्र प्रमाणपत्राची आवश्यकता आहे. हे लक्षात घेऊन दक्षिण भारतातील अनेक शेतकरी सेंद्रिय शेतीकडे वळत आहेत. यासाठी भारतीय मसाला बोर्डाने पुढाकार घेतलेला आहे. केरळमधील इडक्की जिल्ह्यातील वेलदोडा संशोधन केंद्रामध्ये याविषयी काम सुरू आहे. या केंद्रावर शेतकऱ्यांसाठी विशेष मार्गदर्शनाची सोय केलेली आहे. यामध्ये शेतकऱ्यांच्या गट, तसेच अशासकीय संस्थांच्या माध्यमातून लागवड तंत्रज्ञानाचा प्रसार आणि काढणीपश्चात तंत्रज्ञानाशी संबंधित माहितीचा प्रसार केला जात आहे.

सेंद्रिय प्रमाणीकरणासाठी भारत सरकारने मसाला बोर्ड, कॉफी बोर्ड, चहा बोर्ड, अपेडा यांची नियुक्ती केली आहे. त्याच बरोबरीने भारतामध्ये आंतरराष्ट्रीय पातळीवरच्या इन्स्टिट्यूट ऑफ मार्केटॉलॉजी (स्वित्झर्लंड), स्काल (नेदरलँड), इकोसर्ट इंटरनॅशनल (जर्मनी) या संस्था प्रमाणीकरण करत आहेत. भारत सरकारनेही भविष्याची गरज ओळखून देशांतर्गत प्रमाणीकरणाची सुविधा सुरू केली आहे. मसाला पिकांच्या प्रमाणीकरणासाठी या www.indianspices.com संकेतस्थळावर माहिती उपलब्ध आहे.

ॲगमार्क प्रमाणीकरण

परदेशात कृषिमाल निर्यात करताना विविध प्रमाणपत्रांची गरज लागते. त्यामध्ये ॲगमार्कला अत्यंत महत्त्व आहे. शेतकऱ्यांनी कृषिमालाचे उत्पादन घेताना यासंबंधीच्या सर्व नियमांचा विचार केला पाहिजे. यासाठी विविध पातळ्यांवर कृषिमालाची तपासणी केली जाते.

भारताचा विचार करता, युरोपीय आयुक्तालयाने कमिशन रेग्युलेशन (ईसी) नं. ७६१/२००३ दिनांक ३०-४-२००३ अन्वये युरोपीय देशांत आयात करण्यात येणाऱ्या फळे व भाजीपाला यांकरिता तपासणी ऑथॉरिटी म्हणून विपणन व तपासणी संचालनालय, नवी दिल्ली यांनी संमती दिली आहे.

कृषी उत्पादन (प्रतवारी व विपणन) कायदा, १९३७ अन्वये ॲगमार्कमार्फत प्रमाणपत्र दिले जाते.

ॲगमार्क म्हणजे काय?

ॲग = ॲग्रिकल्चर, मार्क = मार्केटिंग

विविध शेतमालांसाठी नियमानुसार ठरवून दिलेल्या प्रतवारीनुसार ॲगमार्क दिले जाते.

कृषी उत्पादन (प्रतवारी व विपणन) कायदा, १९३७मधील कलम ३ अन्वये फळे व भाजीपाला प्रतवारी व विपणनकरिता पुढीलप्रमाणे नियम करण्यात आले होते :

- द्राक्ष : द्राक्ष प्रतवारी व विपणन नियम १९३७
- कांदा : कांदा प्रतवारी व विपणन नियम १९६४
- केळी : केळी प्रतवारी व विपणन नियम १९८०
- आंबा : आंबा प्रतवारी व विपणन नियम १९८१
- अननस : अननस प्रतवारी व विपणन नियम १९८२
- पेरू : पेरू प्रतवारी व विपणन नियम १९८६

वरील सर्व फळे व भाजीपाला पिकांचे प्रतवारी आणि विपणन नियम रद्द करून आता प्रमुख व्यापारी फळे व भाजीपाला पिकांकरिता 'फळे व भाजीपाला पिकांचे प्रतवारी आणि विपणन नियम, २००४'नुसार ॲगमार्क प्रमाणपत्र दिले जाते.

सदर नियमानुसार पुढील फळे व भाजीपाला पिकांबाबत प्रतवारी आणि विपणन प्रमाणके निर्धारित करण्यात आली आहेत.

फळपिके : द्राक्ष, लिची, आंबा, डाळिंब, अननस, पेरू

भाजीपाला पिके : पत्ताकोबी, टोमॅटो, केळी, लसूण, कांदा, वाटाणा, फळे व भाजीपाला पिकांची प्रतवारी आणि विपणन नियम, २००४ अन्वये फळे व भाजीपाला पिकांची प्रतवारी प्रामुख्याने तीन प्रकारांत केली जाते :

१. विशेष दर्जा (Extra Class)

२. वर्ग-१ दर्जा (Class-I Grade)

३. वर्ग-२ दर्जा (Class-II Grade)

सदरची प्रतवारी देताना पुढील बाबींवर विशेष भर दिला जातो : गुणवत्ता, कीड व रोगमुक्त, वजन, आकारमान, आकार, रंग, आर्द्रता, स्वच्छता, उर्वरित अंश इत्यादी.

पॅकिंगवर नमूद कराव्या लागणाऱ्या बाबी

१. फळे / भाजीपाला पिकाचे नाव

२. जात

३. मालाचा दर्जा (विशेष दर्जा / वर्ग-१, वर्ग-२ दर्जा)

४. आकार

५. लॉट नंबर / बॅच नंबर / कोड नंबर

६. उगमस्थान

७. वजन / नगांची संख्या

८. पॅकिंग / निर्यातदाराचे नाव व पूर्ण पत्ता

९. वापराबाबत वैध मुदत (जेथे लागू असेल)

१०. साठवणुकीच्या सुविधा

११. पॅकिंगची तारीख

१२. कृषी विपणन सल्लागार, भारत सरकार यांनी वेळोवेळी ठरवून दिलेल्या प्रमाणकांनुसार पूर्तता करणे

निर्यातीकरिता पॅकिंगची पद्धत

१. फळे व भाजीपाला मालाची गुणवत्ता टिकून राहील अशा पद्धतीने पॅकिंग करावे.

२. पॅकिंग मटेरिअलच्या आत, मालावर आतून व बाहेरून इजा पोहोचणार नाही, याची दक्षता घ्यावी.

३. पॅकिंगवर लेबल लावताना वापरण्यात येणारी शाई विषारी नसावी.

४. कंटेनरमध्ये फळे व भाजीपाला यांचे पॅकिंग करताना आंतरराष्ट्रीय पॅकेजिंग आणि ट्रान्सपोर्ट कोड निर्यात पद्धतीनुसार करावा.

५. कंटेनर स्वच्छ, हवेशीर, वाहतुकीसाठी योग्य असावा. त्यामध्ये घातक व बाहेरील पदार्थ नसावेत.

६. प्रत्येक पॅकिंगमध्ये / लॉटमध्ये एका जातीचा व एका दर्जाचा माल असणे आवश्यक आहे.

७. प्रत्येक पॅकेजमध्ये आयातदाराच्या मागणीनुसार पॅकिंग व लेबल असणे आवश्यक आहे.

८. स्थानिक बाजारपेठेमध्ये विक्रीकरिता फळे व भाजीपाल्यामध्ये अन्न व भेसळ प्रतिबंध नियम, १९५५मधील हेवी मेटल, कीटकनाशके, अफ्लाटॉक्सीन आणि इतर अन्न सुरक्षितता प्रमाणकांची पूर्तता करणे आवश्यक आहे.

❑

ग्लोबल गॅप प्रमाणीकरण

जागतिक मुक्त अर्थव्यवस्थेमुळे निर्यातीस मोठ्या प्रमाणावर चालना मिळणार असून, युरोपीय बाजारपेठांत आपल्या शेतमालास बाजारपेठ उपलब्ध होणार आहे. या दृष्टीने युरोपीय देशांना निर्यात करण्यासाठी, तसेच स्थानिक बाजारपेठेत ग्राहकांच्या मागणीमध्ये होत असलेल्या बदलांनुसार कृषिमालाच्या विक्रीकरिता ग्लोबल गॅप (GLOBAL GAP) प्रमाणीकरण करून घेणे अत्यंत महत्त्वाचे ठरणार आहे.

ग्लोबल गॅप म्हणजे काय ?

ग्लोबल गॅप या चांगल्या शेतीविषयक पद्धतीचा अवलंब करून जागतिकदृष्ट्या विहित केलेल्या प्रमाणकांनुसार उत्कृष्ट दर्जाच्या मालाचे उत्पादन केल्यास, त्या उत्पादनांना जागतिक बाजारपेठेत खास दर्जा तसेच किंमतही दिली जाते.

ग्लोबल गॅपमध्ये एकात्मिक कीड व्यवस्थापन (IPM), एकात्मिक पीक व्यवस्थापन (ICM) या पद्धतींचा व्यावसायिकदृष्ट्या कृषी उत्पादन करण्याकरिता आंतरराष्ट्रीय बाजारपेठांचा तांत्रिकदृष्ट्या / आर्थिकदृष्ट्या दूरगामी विचार / सुधारणा करणे यांचा समावेश आहे.

ग्लोबल गॅप ही योजना उत्पादक शेतकरी, नोंदणीकृत गट, सहकारी संस्था, उत्पादक, निर्यातदार, युनिव्हर्सिटी, शासकीय फार्म, अन्नप्रक्रिया उद्योगांना शेतमाल पुरवठा करणारा शेतकरी / उत्पादन आणि उपाहारगृह व बियाणे उत्पादक यांच्यासाठी उपयोगी आहे.

ग्लोबल गॅप प्रमाणीकरणाची कार्यपद्धती

१. माग काढणे / मागमूस राखणे (Traceability)

माग काढण्याच्या क्रियेमध्ये जी माहिती नोंदवणे आवश्यक आहे, तिचे तीन भाग पाडलेले आहेत :

अ) प्रमुख भागांच्या माहितीची नोंद झालीच पाहिजे, ज्याला 'मेजर मस्ट' असे म्हणतात.

ब) उपप्रमुख भागांची माहिती भारतीय / महाराष्ट्राच्या परिस्थितीनुसार नोंद करणे गरजेचे आहे. यास 'मायनर मस्ट' असे म्हणतात. आणि

क) इतर संबंधित माहितीची नोंद आवश्यकतेनुसार किंवा शिफारशीनुसार ठेवण्यास हरकत नाही, अशी नोंद सक्तीची नाही.

उदाहरणार्थ, द्राक्षाच्या बाबतीत जमिनीच्या तपासणीची नोंद प्रमुख भागात झालीच पाहिजे. पानांचे पृथक्करण उपप्रमुख माहितीच्या नोंदीत येते, तर मनुके तयार करण्याची माहिती इतर संबंधित माहितीखाली नोंदवली तरी चालते.

२. नोंद ठेवणे (Record Keeping)

१. औषधाच्या फवारणीचा तपशील (फवारणीची तारीख, औषधाचे नाव, फवारणी, उपकरणाचे

नाव, फवारणीचा कालावधी इत्यादी)

२. औषध फवारणीच्या सूचना (फवारणी, औषधाची मात्रा, फवारणीच्या पद्धती)

३. फवारणीनंतर शिल्लक साठ्याच्या विल्हेवाटीचा तपशील

४. कामगारांस दिलेल्या प्रशिक्षणाचा तपशील (औषधाची फवारणी, स्वच्छता, प्रथमोपचार, किडींचा व रोगांचा फैलाव इत्यादी)

५. खते साठवणूक व वापर याबाबतचा तपशील

६. पाणीवापराचा तपशील (पिकाची स्थिती, पाण्याची आवश्यकता, हवामान, पाण्याचा स्रोत इत्यादी)

७. नवीन औषध वापराचा तपशील

८. औषधाच्या वापराबाबत तपशील तसेच डिस्पोजलचा सविस्तर तपशील

९. काढणीपश्चात औषधांचा वापर

१०. खराब मालाचे प्रदूषण होऊ नये याकरिता, विल्हेवाट लावण्याकरिता अनुसरलेली कार्यप्रणाली

११. नैसर्गिक समतोल साधण्यासाठी अनुसरण्यात आलेल्या पद्धतीचा तपशील

१२. ग्राहकाच्या तक्रारींबाबतचा तपशील

१३. पिकाची लागवड व मशागतीबाबत अनुसरण्यात आलेल्या पद्धतींबाबत व्हिडिओग्राफीसह तपशील

१४. कामगारांचा कामगार कायद्यानुसार माहितीचा तपशील

१५. खते व औषधे वापराचा तपशील

३. जाती / वाण आणि मूळ, खोड / झाड

(Varieties & Root Stock)

वाण आणि मूळ खोड हे किडींना आणि रोगांना प्रतिकार करणारे असावे; म्हणजेच रोगास लवकर बळी पडणारे नसावे. तसेच भुरी आणि केवडा रोगास प्रतिकार करणारे वाण व मूळ खोड असावे, याची नोंद ठेवणे आवश्यक आहे. यातही सक्तीचे, दुय्यम भागांची नोंद आणि संबंधित मुद्द्यांच्या माहितीची नोंद ठेवल्यास योग्य ठरेल. ही माहिती द्राक्षबागेसंबंधी उदाहरण म्हणून दिली आहे.

४. शेतीचा इतिहास आणि व्यवस्थापन

(Site History & Management)

यासाठी शेतीचा आराखडा नोंदीसह ठेवणे आवश्यक आहे. म्हणजे तपासणीसाठी तो उपयुक्त ठरू शकेल. उदाहरणार्थ, जमिनीचा मगदूर, पृथक्करण, उत्पादन वगैरे यांची नोंद सक्तीची आहे. उपप्रमुख भागाखालील नोंद– उदाहरणार्थ, बागेची डोळ्यांना दिसणारी निगा, आणि सिंचन व्यवस्था कशी आहे, यांची नोंद आवश्यक आहे.

५. जमीन आणि त्याखालील मातीच्या थरांचे व्यवस्थापन

(Soil & Substrate Management)

जमिनीच्या मशागतीसाठी कोणती अवजारे / यंत्रे वापरली, त्यामुळे जमिनीच्या मगदुरावर / जमिनीखालील मातीच्या थरांवर विपरीत परिणाम झाला आहे का, पावसाने जमिनीतील माती वाहून गेली का, इत्यादींची नोंद आवश्यक ठरते.

६. खतांचा वापर

(Fertilizer Management)

जमिनीची तपासणी करून अन्नद्रव्यांची कमतरता कळते. आवश्यक तेवढीच खते विकत घेऊन वापरली जातात. तसेच रासायनिक खतांचा आणि इतर रसायनांचा वेगवेगळ्या जागी वापर करणे, किती खते व औषधे आणली, त्यांचा वापर, तसेच हा माल चांगल्या ठिकाणी ठेवला आहे का, याची नोंद ठेवणे आवश्यक असते. सेंद्रिय खतांचा जास्तीत जास्त वापर केला जातो. त्याचा वातावरणावर विपरीत परिणाम होतो. मानवी मलमूत्राची योग्य काळजी घेणे गरजेचे असते, तसेच सेंद्रिय खतांची तपासणी करून तशी नोंद ठेवणे आवश्यक असते.

७. सिंचन (Irrigation)

पाणी देण्याच्या पद्धतीची नोंद आवश्यक आहे. तसेच सिंचनाच्या पाण्याची तपासणी गुणवत्तेसाठी आवश्यक आहे. ड्रेनेजचे पाणी वापरू नये, कारण ते आरोग्यास धोकादायक आहे.

वापरल्या जाणाऱ्या पाण्यातील जीवजंतूंची तपासणी प्रयोगशाळेत होणे आवश्यक आहे. कारण बऱ्याच वेळा शेतीतील मजूर तेच पाणी पिण्यासाठी वापरतात. या सर्वांची नोंद ठेवणे आवश्यक आहे.

८. पीक संरक्षण (Crop Protection)

पिकांच्या काढणीपूर्वी फवारा पंपाची तपासणी आणि त्यात किती रसायन आहे, याचे मोजमाप तसेच पीक संरक्षणानंतर शिल्लक राहिलेले द्रावण योग्य ठिकाणी नष्ट करणे आदी संबंधित माहितीची नोंद ठेवली तर चालेल. उदाहरणार्थ, काढणीपूर्व नमुना तपासणी, औषधांचे काही भाग पिकावर राहिले आहेत का, यांची तपासणी करून तशी नोंद करून ती ग्राहकांना पाठवणे आवश्यक आहे. पिकावर औषधांची जास्तीची मात्रा राहिली असेल तर उपाययोजना करणे आवश्यक आहे. उदाहरणार्थ, द्राक्षांच्या काढणीपूर्वी कमीत कमी एक महिना औषध मारू नये आणि तशी नोंद ठेवणे गरजेचे आहे.

९. काढणी / कापणी (Harvesting)

यामध्ये मजुरांच्या आरोग्यास प्राधान्य दिले जाते. मजुरांना खरूज, नायटा यांसारखे संसर्गजन्य रोग असतील तर घ्यावयाची काळजी, ज्या टोपल्यांत फळे काढली जातात त्यांचा पुनर्वापर, फळकाढणीनंतर वापरलेली रसायने कमीत कमी प्रमाणात वापरल्याची नोंद, आदी नोंदी करणे व तशी नोंद ठेवणे आवश्यक असते.

१०. काढणीनंतरच्या प्रक्रिया (Post Harvest Treatment)

यामध्ये वाया गेलेली फळे आणि प्रदूषण यांचा जवळचा संबंध आहे. कारण फळे कुजतात आणि प्रदूषण निर्माण करण्यास कारणीभूत होतात. यासाठी करावयाची कृती, उपाययोजना आवश्यक ठरते. तशी त्यांची नोंद करणे गरजेचे आहे.

११. वाया जाणारी फळे / भाजीपाला, प्रदूषण, त्यांचा पुनर्उपयोग (Waste and Pollution Management, Recycling and Reuse)

यात वाया जाणारे पदार्थ, पाणी, कुजलेल्या, गुणवत्ता नसलेल्या शेतमालाच्या उत्पादनाचा पुन्हा वापर करण्याची प्रक्रिया आणि वापर या मुद्द्यांचा समावेश होतो.

१२. मजुरांचे आरोग्य संरक्षण व कल्याण (Workers Health, Safety and Welfare)

यामध्ये मजुरांची नोकरीसाठीची / कामासाठीची सुरक्षितता, त्यांच्या कल्याणकारी योजना, प्रशिक्षण, आरोग्य तपासणी आणि संबंधित कायदे वगैरेंच्या नोंदी कृती योजनांसह ठेवणे आवश्यक ठरते.

१३. पर्यावरणाबाबतचे मुद्दे (Environment Issues)

यामध्ये जंगलातील प्राणी, पक्षी यांच्या संरक्षणाचे धोरण, अनुत्पादित ठिकाणे यासंबंधी वनांचे कायदे यांचा समावेश होतो.

१४. तक्रार निवारणाची नोंद व प्रकरणे (Complaint Form)

यामध्ये विविध विषयांशी संबंधित, उदाहरणार्थ, द्राक्षबागेचे व्यवस्थापन वगैरेच्या तक्रारी व प्रकरणे या मुद्द्यांचा समावेश होतो.

१५. अंतर्गत तपासणी (Internal Audit)

उपरोक्त विविध मुद्द्यांची शहानिशा करण्यासाठी प्रमुख तपासणीपूर्वीअंतर्गत तपासणी आवश्यक ठरते. ते मुख्य तपासणीसाठी उपयुक्त ठरते.

१६. राष्ट्रीय आणि आंतरराष्ट्रीय कायदे (National and International Regulations)

यामध्ये आयात-निर्यातीसंबंधीचे कायदे, कृषी निविष्ठांच्या विक्रीबाबतचे बंधनकारक कायदे यांचा समावेश होतो. त्यांचे पालन होते की नाही? नसल्यास कायद्याद्वारे शिक्षाही होऊ शकते.

ग्लोबल गॅपचे फायदे

१. अन्नाची गुणवत्ता व सुरक्षितता यांच्या दृष्टीने ग्राहकांचा विश्वास वाढवणे तसेच नियंत्रण ऑथॉरिटीची खातरी पटवणे

२. आंतरराष्ट्रीय बाजारपेठेत निर्यात वाढ तसेच निर्यातक्षम प्रक्रिया उद्योगास खातरीलायक कच्च्या मालाचा पुरवठा करणे

३. लागवडीचा खर्च कमी करून उत्तम दर्जाचे उत्पादन घेणे

४. औषधांचा व खतांचा कमीत कमी वापर करून किडींचे व रोगांचे नियंत्रण करणे

५. जागतिक स्तरावर विहित केलेल्या आदर्श पद्धतींचा वापर करून उत्पादित मालास जागतिक बाजारपेठेत मोठ्या प्रमाणात मागणी असणे

६. जागतिक व्यापार करारातून विहित केलेल्या नियमांची / अटींची पूर्तता करण्याची संधी मिळणे

७. ग्लोबल गॅप योजनेद्वारे विहित समितीद्वारे वेळोवेळी शेती व्यवस्थापनाद्वारे सुधारणा करण्याची व्यवस्था करणे / संधी मिळणे

भारतात ग्लोबल गॅपची नोंदणी

भारतामध्ये ग्लोबल गॅपचे रजिस्ट्रेशन करण्याचे काम अमेरिकन क्वालिटी असेसर्स (इंडिया) प्रा. लि., हैदराबाद यांच्या मार्गदर्शनाखाली फूडसर्ट एनएल, नेदरलँड यांच्यामार्फत करण्यात येते.

फूडसर्ट एनएल, नेदरलँड ही युरोपीय मार्केटमध्ये अन्न व कृषी क्षेत्राकरिता अन्नपुरवठा करणारी एकमेव कंपनी आहे. ती ग्लोबल गॅप रजिस्ट्रेशन करण्याकरिता डच कौन्सिलने अधिकृत केलेली मान्यताप्राप्त संस्था आहे. तसेच हॅसेप सर्टिफिकेशनसाठीही मान्यताप्राप्त संस्था आहे.

उत्पादकांमार्फत चौकशी

उत्पादकांस अमेरिकन क्वालिटी असेसर्स (इंडिया)मार्फत मार्गदर्शन पत्रिका दिली जाते.

उत्पादकांकडून संमती

(१) नोंदणी अर्ज (२) प्रपत्र-१ मध्ये माहिती

- उत्पादकांच्या माहितीचा अभ्यास करून त्यांच्या माहितीनुसार त्यांची पूर्तता करण्याकरिता ग्लोबल गॅपचे निकष आणि कागदपत्र पूर्ततेची यादी पाठवली जाते.
- ग्लोबल गॅपद्वारे अभ्यास करून त्यांच्या आवश्यकतेनुसार माहितीपत्रक भरून उत्पादकांस दिले जाते.
- उत्पादकांनी माहितीपत्रकाप्रमाणे माहिती भरणे आवश्यक आहे.
- उत्पादकांनी तयार केलेल्या माहितीचा अभ्यास करून सुधारणा सुचवणे व त्याप्रमाणे पूर्तता करणे आवश्यक आहे.
- सर्व बाबींची पूर्तता केल्यानंतर ग्लोबल गॅपचे नोंदणी प्रमाणपत्र दिले जाते.
- ग्लोबल गॅपची नोंदणी झाल्यानंतर दर सहा महिन्यांनी क्षेत्रीय तपासणी व ऑडिट केले जाते.
- प्रमाणपत्राची वैधता क्षेत्रीय तपासणीवर अवलंबून असते.

अधिक माहितीसाठी संचालक फलोत्पादन, महाराष्ट्र राज्य, पुणे ४११ ००५ (दूरध्वनी : ०२०-२५५३८०९५, २५५३४३४९) या कार्यालयाशी संपर्क साधावा.

❑

हॅसेप प्रमाणीकरण

जागतिक बाजारपेठेत कृषिमालावर प्रक्रिया करण्याकरिता चांगल्या उत्पादन पद्धतीचा वापर करणे गरजेचे असते. कृषिप्रक्रियेकरिता हॅसेप (HACCP : Hazard Analysis Critical Control Point) प्रमाणीकरण करून घेतलेल्या कृषी व कृषिप्रक्रिया मालाच्या वापरास ग्राहकांची मागणी वाढत आहे. ग्राहकांमध्ये आरोग्याच्या दृष्टीने जागरूकता निर्माण होत आहे. इथून पुढे ग्राहकांच्या आरोग्याच्या सुरक्षिततेच्या दृष्टिकोणातून स्वच्छ व सुरक्षित कृषिप्रक्रिया मालाचे उत्पादन व विक्रीकरिता हॅसेप प्रमाणीकरणाची मागणी वाढत आहे.

हॅसेप प्रमाणीकरणाची आवश्यकता

अन्नप्रक्रिया क्षेत्रात अनेक वेळा निष्काळजीपणामुळे दर वर्षी अन्नाद्वारे विषबाधांची प्रकरणे आढळून येत आहेत. तसेच उत्पादकांच्या अनेक पातळ्यांवर सूक्ष्मजंतूंचा संसर्ग झाल्यामुळे खाद्यपदार्थ सुरक्षित राहत नाहीत, त्यामुळे रोगजंतूंचा संसर्ग होतो. रोगजंतूंचा प्रादुर्भाव प्रामुख्याने पुढे नमूद केलेल्या बॅक्टेरिया, जीवाणू, विषाणू यांच्याद्वारे होतो.

बॅक्टेरिया

Calotridium Botullnum Bacillus Cereus, Coli, Saimonell Spp., Shingella Spp.

जीवाणू

Hepatitis A and E Norovirus Group

प्रोटोझोआ आणि पॅरासाईट

Cryptosporidium Parvura, Rnafamoeba Bistolytica, Glardia Lambia, Toxoplasma Gondi, Ascaris Lumbricoides

बुरशी आणि मोल्ड

Aspergillus Flavus, Aspergullus, Parasiticus, Aspergillusocharaceus, Pencillun Islandicum, Fusarium, Solani, Fusarium Sporotrichoides

वरील सर्व, जीवाणू, विषाणू इत्यादी रोगांचा प्रादुर्भाव पाणी, माती, वनस्पती, हाताळणी करणारे कामगार व साठवणूक, वाहतूक या माध्यमातून कृषिमालाद्वारे माणसांना व प्राण्यांना होतो. तो होऊ नये म्हणून कृषिमालांचे उत्पादन, काढणी, हाताळणी, प्रक्रिया करण्याकरिता स्वच्छता व सुरक्षितता यांना अनन्यसाधारण महत्त्व प्राप्त झाले आहे. त्याची ग्राहकांना हमी देण्यासाठी हॅसेप प्रमाणीकरणास महत्त्व प्राप्त झाले आहे.

हॅसेप प्रमाणीकरणाची मुख्य तत्त्वे

- **विश्लेषण :** अन्नपदार्थ निर्माण प्रक्रियेतील सुरक्षिततेच्या दृष्टिकोणातून योग्य ती उपाययोजना, साधने व त्यांच्या प्राथमिक अवस्थेत योग्य ती दक्षता घेण्याकरिता नियोजन करणे

- **सुरक्षित नियंत्रण :** नुकसान टाळण्यासाठी नेमके निर्णायक क्षण ठरवणे
- **विशेष मर्यादा :** नेमक्या निर्णायक क्षणी योग्य ती सुविधा व काळजी घेण्यासाठी सुविधा निर्माण करणे
- **नियंत्रण :** गुणवत्ता पूर्ततेसाठी देखरेख करणे व त्याची प्रक्रिया निश्चित करणे
- **सुधारणा :** सूचित केलेल्या उपाययोजनांची काटेकोर अंमलबजावणी करणे
- **तपासणी :** शिफारस केलेल्या उपाययोजना लागू पडतात की नाही, यासाठी तपासणी तथा चाचणी घेऊन त्यानुसार त्याची अंमलबजावणी करणे
- **रेकॉर्ड :** प्रक्रियांशी निगडित इत्थंभूत गोष्टींची कागदोपत्री माहिती व नोंद ठेवणे

हॅसेप प्रमाणीकरणाची पद्धत

१. हॅसेप टीम तयार करणे
२. कृषिमालाची निवड करणे
३. अंतिम उत्पादने कोण वापरणार याबाबतची खातरी करून घेणे
४. उत्पादनाचा आराखडा तयार करणे
५. प्रत्यक्ष उत्पादनाच्या ठिकाणी भेट देऊन आराखड्याप्रमाणे खातरी करून घेणे
६. उत्पादन प्रक्रियेतील घातक बाबींचे योग्य ते व्यवस्थापन करण्याकरिता नियोजन करणे
७. प्रत्येक क्षणी नियमित ठिकाणाकरिता योग्य त्या सुविधा निर्माण करणे
८. सूचित केलेल्या पद्धतीचे संनियंत्रण करणे
९. योग्य त्या सुधारणा करण्याकरिता नियोजन करणे
१०. सर्व पद्धतींची तपासणी सुविधा निर्माण करणे
११. कागदपत्रे व नोंदणी संदर्भात मार्गदर्शन करणे

हॅसेप प्रमाणीकरण कोणास उपयुक्त ?

१. उत्पादक
२. पॅकहाउस व्यवस्थापन
३. प्रक्रिया उद्योजक
४. किचन

हॅसेप प्रमाणीकरण करणाऱ्या संस्था

हॅसेप प्रमाणीकरण करण्याकरिता अपेडामार्फत पुढील एजन्सींना नियुक्त केले आहे :

१. Quality Management Services A-42, Swasthya Vihar, New Delhi
२. Food Safety Solutions International, M/10/32, Changam Purna Nagar, Cochin, Kerala
३. The Quality Contalist, Flat No. 26, Sector 12, Dwarka, New Delhi
४. Puradigm Services Pvt. Ltd. 1st Floor, Anurag, 17 Jawahar Nagar, University Road, Pune
५. Quali tech India Solutions, Madhura Nagar Colony, Padmarao Nagar, Secundarabad
६. TVS South Asia Pvt. India (DNV) Certification Services, Worli, Mumbai
७. International Certification Services (Asia) Pvt. Ltd., Santacruz, Mumbai
८. Food Cert India Pvt. Ltd., Himayatnagar, Hyderabad

❑

बियाणे निर्यातीसाठी इस्टा प्रमाणीकरण

खुल्या जागतिक बाजारपेठेमध्ये कृषिमालाच्या आयात व निर्यातीमध्ये दिवसेंदिवस वाढ होत आहे. यासाठी विकसित देशांच्या नियमांनुसार निर्यात करताना प्रमाणीकरणाच्या विविध अटींची पूर्तता करणे आवश्यक झाले आहे.

विशेषत: फळे, भाजीपाला यांकरिता ग्लोबल गॅप कीडनाशक उर्वरित अंश तपासणी, सेंद्रिय प्रमाणीकरण तसेच प्रक्रिया मालाकरिता हॅसेप प्रमाणीकरण, आयएसओ प्रमाणीकरण, हेल्थ प्रमाणीकरण, त्याचप्रमाणे बियाणे निर्यातीकरिता इस्टा (ISTA) प्रमाणीकरणाची मागणी परदेशी आयातदार करत आहेत. गेल्या काही वर्षांपासून आयातदारांद्वारे बियाण्यांची गुणवत्ता आणि स्वच्छता यासाठी जागतिक स्तरावरील नोंदणीकृत संस्थेद्वारे थर्ड पार्टी हमीसाठी इस्टा प्रमाणीकरणाची मागणी करण्यात येत आहे.

इंटरनॅशनल सीड टेस्टिंग असोसिएशन (ISTA : International Seed Testing Association)

बियाणे तपासणीच्या अद्ययावत पद्धती तयार करणे, तसेच त्यांच्या योग्य वापरासंबंधी माहिती होण्यासाठी १९२४मध्ये इस्टाची स्थापना करण्यात आली. सध्या जगातील ७६ देशांमध्ये इस्टाने मान्यता दिलेल्या १०० प्रयोगशाळा कार्यरत आहेत. भारतात त्यातील १४ प्रयोगशाळा आहेत. त्यामध्ये प्रामुख्याने भारतीय कृषी संशोधन संस्थेची मध्यवर्ती बियाणे तपासणी प्रयोगशाळा आणि राष्ट्रीय बीज प्रमाणीकरणाची (NSC) गुणवत्ता नियंत्रण प्रयोगशाळा, तसेच खासगी बियाणे उत्पादकांसाठी बियाणे तपासणी प्रयोगशाळा या इस्टा मान्यताप्राप्त प्रयोगशाळा म्हणून कार्यरत आहेत. इस्टाचे मुख्यालय स्वित्झर्लंड येथे आहे.

(E-mail : ista.office@ista.ch.)

इस्टाचे मूल्यांकन

इस्टा मूल्यांकन पद्धतीनुसार तांत्रिकदृष्ट्या सक्षम असणाऱ्या बियाणे प्रयोगशाळांची तांत्रिकदृष्ट्या सक्षम असणाऱ्या समितीद्वारे तपासणी करून सर्व बाबींची अद्ययावत सुविधा असल्याची खातरी केल्यानंतर इस्टाकडून मूल्यांकन केले जाते. इस्टाने मान्यता दिलेल्या बियाणे प्रयोगशाळांना इस्टा सीड प्लॉट आणि नमुना प्रमाणपत्र देण्याचे अधिकार दिले आहेत.

इस्टा मूल्यांकनाचे फायदे

- बियाणे उत्पादकाला बियाण्यांच्या गुणवत्तेची हमी मिळते.
- तांत्रिक समितीद्वारे प्रयोगशाळेतील तपासणीच्या सुविधा आणि कॅलिब्रेशन IEC 170 25 स्टँडर्डनुसार असल्याने जागतिक

स्तरावर मान्यता आहे.

- आयातदारांना बियाण्यांच्या गुणवत्तेची हमी मिळते.
- प्रगतशील देशातील आयातदार बियाणे इस्टाप्रमाणे असेल तरच बियाण्यांची आयात करतात.
- इस्टा मान्यताप्राप्त प्रयोगशाळांची वेळोवेळी तपासणी करून इस्टा मार्गदर्शक सूचनांच्या अंमलबजावणीची पाहणी करून सदस्यत्व कायम ठेवले जाते. जर या प्रक्रियेत काही कमतरता असेल तर प्रयोगशाळेचे सदस्यत्व रद्द केले जाते.
- बियाणे खरेदीदार हे उच्च दर्जाचे बियाणे खरेदी करण्यास इच्छुक असतात, त्यामुळे परदेशात बियाणे विक्रीची संधी मिळते.
- विविध देशांसाठी बियाणे निर्यातीकरिता इस्टा प्रमाणपत्र देण्याकरिता प्राधिकृत प्रयोगशाळांना अधिकार आहेत.

इस्टा प्राधिकृत प्रयोगशाळेमार्फत बियाणे निर्यातीकरिता बियाणे तपासणी प्रमाणपत्र

१. ऑरेंज इस्टा इंटरनॅशनल प्रमाणपत्र (Orange ISTA International Seed lot Certificate)

२. ग्रीन इंटरनॅशनल प्रमाणपत्र (Green International Seed lot Certificate - GIC)

३. ब्ल्यू इंटरनॅशनल बियाणे प्रमाणपत्र (Blue ISTA International Seed Sample Certificate - BIC)

- वरील तिन्ही प्रकारची प्रमाणपत्रे देण्याचा अधिकार इस्टा मान्यताप्राप्त बियाणे प्रयोगशाळांनाच आहे.
- प्रमाणपत्र मूळ प्रतीत देणे आवश्यक आहे.
- सदरचे प्रमाणपत्र टाइप करूनच देणे बंधनकारक आहे. हाताने लिहिलेले चालत नाही.
- भाजीपाला बियाण्यांकरिता आयातदारामार्फत 'इस्टा ऑरेंज' प्रमाणपत्राची मागणी केली जाते.
- इस्टाद्वारे मान्यताप्राप्त प्रयोगशाळेकडून प्रमाणपत्र घेऊन बियाणे निर्यातदारांना पीएससी संस्थेकडून कीडनाशक उर्वरित अंश तपासणी करावी लागते.
- ही तपासणी केल्यानंतर निर्यातीमध्ये अडचणी येत नाहीत, तसेच दरही चांगले मिळू शकतात.
- अधिक माहितीसाठी www.ista.org या संकेतस्थाचा वापर करावा.

❑

एफपीओ प्रमाणके

फळांवर प्रक्रिया करून तयार केलेल्या पदार्थांच्या निर्यातीसाठी FPO (Food Products Order) प्रमाणपत्र घेणे आवश्यक असते. फळे तसेच भाजीपाला यांवर प्रक्रिया करताना एफपीओ प्रमाणकांनुसारच मानकांचा वापर करणे आवश्यक आहे. तसेच ती टिकवण्याच्या दृष्टीने योग्य प्रमाणित संरक्षक रसायनांचा वापर करावा.

फळांच्या चटण्या

१. फळांचे प्रमाण ४० टक्क्यांपेक्षा कमी नसावे.
२. विद्राव्य घटक ५० टक्क्यांपेक्षा कमी नसावे.
३. आम्लता २ टक्क्यांपेक्षा जास्त नसावी.
४. खनिज घटक ५ टक्क्यांपेक्षा जास्त नसावेत.
५. बुरशी, सडणे, किड्यांचे अवशेष नसावेत.
६. परिरक्षक रसायने : सल्फरडाय ऑक्साईड १०० पीपीएमपेक्षा जास्त नसावे.
७. तुरटी वापरण्यास परवानगी नाही.
८. ३७ अंश से. तापमानास सात दिवस ठेवल्यावरही त्यात जंतू वाढलेले दिसू नयेत.
९. आक्षेपार्ह चव, स्वाद नसावा.

तेलातील लोणची

१. तांबे, खनिजे, तुरटी वापरण्यास मनाई आहे.
२. परिरक्षक रसायने : सल्फरडाय ऑक्साईड १०० पीपीएमपेक्षा जास्त नसावे.
३. बुरशी, सडणे, किड्यांचे अवशेष नसावेत.

मुरांबे

१. कॅनमधील द्रवपदार्थ काढल्यावर फळाचे वजन भरलेल्या कॅनच्या वजनाच्या ५५ टक्क्यांपेक्षा कमी नसावे.
२. कॅनच्या एकूण आकारमानापैकी ८५ टक्क्यांपेक्षा कमी भरलेली नसावी.
३. विद्राव्य घटक ६८ टक्क्यांपेक्षा कमी नसावेत.
४. पाकातील साखरेचे स्फटिकीकरण नसावे.
५. परिरक्षक रसायने : सल्फरडाय ऑक्साईड ४० पीपीएमपेक्षा जास्त नसावे. बेंझॉईक आम्ल २०० पीपीएमपेक्षा जास्त नसावे.
६. जंतुसंसर्ग, बुरशी नसावी.
७. पोत : फळांना सुरकुत्या नसाव्यात.
८. आक्षेपार्ह चव, स्वाद नसावा.

फळांच्या कँडी, टुटीफ्रुटी

१. फक्त परवानगी असलेलेच रंग वापरावेत.
२. पोत : कडक, पिकलेला असावा.
३. कँडीच्या पृष्ठभागावर साखरेचे स्फटिकीकरण नसावे.
४. साखरेचे प्रमाण : क्षपणक साखर (Reducing Sugar) २५ टक्क्यांपेक्षा कमी नसावी. एकूण साखर ७० टक्क्यांपेक्षा कमी नसावी.
५. परिरक्षक रसायने : सल्फरडाय ऑक्साईड १५० पीपीएमपेक्षा जास्त नसावे. सोडिअम बेंझॉईटला परवानगी नाही. ❑

फुलांच्या निर्यातीसाठी एमपीएस प्रमाणपत्र

जागतिक बाजारपेठांतील फुलांची वाढती मागणी व वापर लक्षात घेऊन शेतकरी उद्योजकांचा फुलांची व्यावसायिक पद्धतीने शेती करण्याकडे मोठ्या प्रमाणावर कल आहे. विशेषत: गुलाब, जरबेरा, कार्नेशन, अन्थुरिअम, त्याचबरोबर इतर फुलांची हरितगृहात लागवड करून उच्च दर्जाची फुले युरोपीय देशांना निर्यात करण्यात येत आहेत.

फुलांच्या निर्यातीसाठी १९९३पासून एमपीएस (Milleu Programma Sierteelt) प्रमाणीकरणाचे काम सुरू झालेले आहे. पर्यावरणाचे संतुलन, ग्राहकांच्या आरोग्याचे संरक्षण आणि उत्पादनाची गुणवत्ता लक्षात घेता एमपीएस प्रमाणीकरण महत्त्वाचे आहे. त्यानुसार आत्तापासूनच प्रमाणीकरणाच्या दृष्टिकोणातून योग्य ते नियोजन करून जागतिक बाजारपेठेचे नियोजन करणे आवश्यक ठरते.

भविष्यात फुलांच्या जागतिक बाजारपेठेत असलेली स्पर्धा लक्षात घेता नव्याने फूलशेतीमध्ये उतरत असताना अद्ययावत प्रमाणीकरणाच्या दृष्टिकोणातून, सुविधा व गुणवत्ताक्षम उत्पादनासाठी योग्य त्या सुविधा निर्माण करण्यावर विशेष भर दिल्यास, जागतिक बाजारपेठेत फुलांची निर्यात करून जास्तीत जास्त परकीय चलनाबरोबरच आर्थिक लाभही घेण्याची संधी उपलब्ध होणार आहे.

एमपीएसचा उद्देश

१. नियंत्रित शेतीद्वारे फुलांचे उत्पादन करताना पर्यावरणावर होणारे दुष्परिणाम कमी करणे
२. फूलशेती उद्योगाचे महत्त्व कायम ठेवून त्यामध्ये सुधारणा करणे
३. फूलशेती उद्योगाची नोंदणी आणि प्रमाणीकरण करण्याकरिता एक खिडकी पद्धतीचा अवलंब करणे

पर्यावरण, सामाजिक सुरक्षितता, गुणवत्ता, विपणन इत्यादीकरिता तसेच फुलांचे उत्पादन व विक्री याकरिता एमपीएस फ्लोरीमार्कला विशेष महत्त्व प्राप्त झाले आहे. या प्रमाणीकरणासाठी पुढील प्रमाणीकरण पद्धतींचा आधार घेण्यात आला आहे :

एमपीएस (ए, बी, सी) (MPS A, B, C : Environmental Certification)

सदर प्रमाणीकरणामध्ये विशेषत: अरासायनिक खते व रासायनिक औषधांच्या तसेच दूषित पाण्याच्या वापरामुळे पर्यावरणावर परिणाम होऊ नये या दृष्टिकोणातून त्यांचे योग्य प्रकारे नियोजन करण्याची पद्धत विहित केलेली आहे.

एमपीएस गॅप (MPS GAP : Certification for Compliance with demands made by the retail sectors)

सदर प्रमाणीकरणामध्ये गुणवत्तापूर्ण उत्पादन

करण्यावर व ग्राहकास स्वच्छतेच्या व आरोग्याच्या दृष्टिकोणातून हमी देण्यावर विशेष भर दिला जातो. त्यामध्ये जमीन, कच्चा माल, साठवणूक, उपकरणाचे व्यवस्थापन व दुरुस्ती, पीकसंरक्षण औषधांचा वापर, सल्ला / मार्गदर्शन, सुरक्षितता व आरोग्याच्या दृष्टिकोणातून सर्व बाबींची पूर्तता करण्यावर विशेष भर दिला जातो.

एमपीएस क्वालिटी

(MPS Quality : Quality Care Certificate)

सदर प्रमाणीकरणामध्ये फुलांची गुणवत्ता व ग्राहकाला जास्तीत जास्त गुणवत्तेची हमी देण्याच्या दृष्टिकोणातून बाबींची पूर्तता करण्यावर भर दिला जातो.

एमपीएस एसक्यू

(MPS SQ : Socially Qualified Certificate)

सदर प्रमाणीकरणामध्ये कामगारांच्या आरोग्याच्या व सुरक्षिततेच्या दृष्टिकोणातून योग्य त्या बाबींची पूर्तता व विविध कामगार नियमांचे पालन, तसेच उत्पादनाच्या ठिकाणी चांगल्या सुविधा आदी बाबींवर विशेष भर दिला जातो.

एमपीएस क्वालिट्री (MPS Qualitree)

सदर प्रमाणीकरणामध्ये नर्सरीकरिता लागणारे साहित्य आणि त्याची गुणवत्ता तसेच ग्राहकांना जास्तीत जास्त हमी देण्याच्या दृष्टिकोणातून करावयाच्या पूर्ततेवर विशेष भर दिला जातो.

ISO-9001-2000

सदर प्रमाणीकरणामध्ये कंपनीच्या कामाची कार्यपद्धती, रेकॉर्ड, गुणवत्तेबाबत जागतिक स्तरावर दर्जा मिळण्याच्या दृष्टिकोणातून योग्य त्या बाबी, प्रशिक्षित मनुष्यबळ, कार्यप्रणाली आणि गुणवत्ता याबाबतची हमी यावर भर दिला जातो.

प्रमाणीकरणासाठी महत्त्वाच्या गोष्टी

विहित नमुन्यात अर्ज, करार, फी, प्रमाणीकरण योजना, योजनेची अंमलबजावणी, मंजुरीची नियमावली, ऑडिट-चेकलिस्ट, प्रमाणीकरण व त्याबाबत मार्गदर्शक सूचना

एमपीएस फ्लोरीमार्कचे फायदे

१. प्रमाणीकरणाद्वारे बाजारातील मागणीची पूर्तता
२. बाजारातील बदलत्या गुणवत्तेची मागणीनुसार पूर्ण प्रमाणीकरणाची सोय
३. योग्य नियोजनाद्वारे उत्पादनखर्चात बचतीत व विक्रीत वाढ होण्यास मदत
४. व्यवस्थापन दर्जामध्ये सुधारणा
५. टप्प्याटप्प्यानुसार आवश्यकतेनुसार व गरजेनुसार प्रमाणीकरणाची सोय

३८ देशांमधील ४००० लाभधारकांनी एमपीएस प्रमाणीकरणाचा लाभ घेतलेलाच आहे. पुढील देशांमध्ये एमपीएस प्रमाणीकरणाचा वापर आणि महत्त्व वाढत आहे.

युरोप : नेदरलँड, बेल्जियम, जर्मनी, इटली, फ्रान्स, ग्रीस, नॉर्वे, पोलंड

आफ्रिका : केनिया, टांझानिया, युगांडा, झिंबाब्वे

अमेरिका : अमेरिका, कॅनडा, कोस्टरिका, ब्राझील, ग्वाटेमाला, पेरू, कोलंबिया

मध्य आशिया : इस्त्राईल, श्रीलंका, भारत, मलेशिया, चीन, जपान

अधिक माहितीसाठी संपर्क

MPS, P.O. Box 533, 2675 ZT Honselerdijk
The Netherlands, Tel.: +31174615715
Fax : +31174632059
E-mail : Info@My-MPS-Com

❑

कृषिमाल भौगोलिक चिन्हांकन

कृषिमाल हा नैसर्गिक आणि मानवनिर्मित असतो. एखाद्या विशिष्ट कृषिमालाची खास गुणवत्ता आणि त्याचा त्या भागातील भौगोलिक क्षेत्राशी संबंध असल्यामुळे तो माल प्रसिद्ध असतो. उदाहरणार्थ, दार्जिलिंग चहा, बासमती तांदूळ, हापूस आंबा इत्यादी. अशा गुणसंपन्न मालाचे कायदेशीररीत्या संरक्षण करणे आवश्यक आहे. तसेच जागतिक व्यापार करारातील TRIPS (Trade Related Intellectual Property Right) करारानुसार प्रत्येक सदस्य-देशास स्वत:च्या निर्मित मालाच्या संरक्षणासाठी कायदेशीर तरतुदी करण्याचे अधिकार दिलेले आहेत.

भौगोलिक क्षेत्राशी निगडित उत्पादित मालास संरक्षण देण्यासाठी संसदेने १९९९मध्ये The Geographical Indication of Goods (Regulation and Protection) हा कायदा मंजूर केला. त्याची अंमलबजावणी ३० डिसेंबर १९९९पासून करण्यात येत असून, कंट्रोलर जनरल पेटंट्स डिझाईन आणि ट्रेडमार्कअंतर्गत चेन्नई येथील कार्यालयातून नोंदणीचे काम केले जाते.

जागतिक बाजारपेठांमध्ये व्यापारी चिन्हाला (ट्रेडमार्कला) जसे महत्त्व प्राप्त झालेले आहे; तसेच महत्त्व भौगोलिक चिन्हांकन GIला प्राप्त होत आहे. भौगोलिक क्षेत्राशी निगडित कृषिमालाची गुणवत्ता, सातत्य व विशेष गुणधर्म यांबाबत भौगोलिक चिन्हांकरिता GIअंतर्गत विविध शेतकऱ्यांशी संबंधित असलेल्या संस्थांनी नोंदणी केल्यास, त्याचा फायदा जागतिक बाजारपेठेत विक्रीकरिता निश्चितपणे होणार आहे.

जिऑग्राफीकल इंडिकेशन (GI)

- GI हे एक चिन्ह आहे.
- ते भौगोलिक क्षेत्राशी निगडित आहे.
- कृषी नैसर्गिक व उत्पादित मालाची ओळख करण्यास उपयुक्त आहे.
- खास गुणवत्ता, सातत्य व विशेष गुणधर्मांचे जतन केले जाते.

GIअंतर्गत नोंदणी करण्याचे फायदे

भौगोलिक चिन्हांकन नोंदणी करण्याचे फायदे आपण लक्षात घेतले तर हे काम आपण अधिक चांगल्या प्रकारे करू शकतो.

- या उत्पादनांची कायद्यांतर्गत नोंदणी होत असल्याने भौगोलिक क्षेत्राशी निगडित मालास कायदेशीर संरक्षण प्राप्त होते.
- भौगोलिक चिन्हांकन कायद्याखाली नोंदणी केल्याने इतरांनी त्याबाबत अनधिकृत वापर केल्यास त्याला त्यापासून रोखता येते.
- भौगोलिक चिन्हांकित मालास निर्यातीसाठी अधिक संधी उपलब्ध होतात.
- अशा नोंदणीकृत कृषिमालाचा राष्ट्रीय तसेच

आंतरराष्ट्रीय पातळीवर ब्रँड विकसित होण्यास मदत होते.

- व्यापारी चिन्हाला बाजारपेठेत जे महत्त्व असते, तेच महत्त्व कृषिमालाच्या भौगोलिक चिन्हांकनास असते.
- अशा नोंदणी केलेल्या उत्पादनाच्या उत्पादकाला जास्तीचे आर्थिक उत्पन्न मिळून त्याच्या उन्नतीस हातभार लागतो.

GI नोंदणीचा कालावधी

- GIअंतर्गत १० वर्षांकरिता नोंदणी केली जाते.
- दर १० वर्षांनी पुढील १० वर्षांकरिता नूतनीकरण करणे आवश्यक आहे.
- GIचे नूतनीकरण केले नाही, तर नोंदणी क्रमांक रद्द केला जातो.

GIअंतर्गत नोंदणी करण्याकरिता अर्ज सादर करण्याची पद्धत

- प्रत्येक अर्जदाराने GIअंतर्गत नोंदणी करण्याकरिता gi iatoid अन्वये विहित नमुन्यात अर्ज करावा.
- अर्जदारांनी किंवा त्यांच्या अधिकृत प्रतिनिधींनी स्वाक्षरी करावी.
- हा अर्ज तीन प्रतींमध्ये करणे आवश्यक आहे.

नोंदणीसाठी खर्च

- ५००० रुपयांचा बँक ड्राफ्ट किंवा मनीऑर्डर किंवा चेकद्वारे फी भरावी.
- बँक ड्राफ्ट किंवा चेक Registrar, Geographical Indication Registry यांच्या नावे काढावा.
- बँक ड्राफ्ट किंवा चेक सदर कार्यालय क्षेत्रातील शेड्यूल्ड बँकेतूनच काढावा.
- अपूर्ण अर्ज, विना फी अर्ज स्वीकारला जात नाही.
- अर्ज हिंदी किंवा इंग्लिश भाषेत टाईप करून सादर करणे आवश्यक आहे.

अर्जाचा आकार

- मोठ्या आकाराच्या चांगल्या प्रतीच्या कागदावर एकाच बाजूवर टाईप करावा.
- कागदाचा आकार अंदाजे ३३ सेमी × २० सेमी व डाव्या बाजूस ४ सेमी मार्जिन ठेवणे आवश्यक आहे.

कागदावरील स्वाक्षऱ्या

- असोसिएशन ऑफ पर्सनच्या बाबतीत अधिकृत केलेल्या व्यक्तीची स्वाक्षरी
- कॉर्पोरेटच्या किंवा संघटनांच्या बाबतीत मुख्य कार्यकारी, व्यवस्थापकीय संचालक किंवा सचिव यांची स्वाक्षरी आवश्यक
- स्वाक्षरीखाली हिंदी किंवा इंग्लिश भाषेत स्वाक्षरी करणाऱ्याचे नाव लिहावे.
- अर्ज करणाऱ्याचा पूर्ण पत्ता : अर्जकर्त्याने त्याचे पूर्ण नाव, पूर्ण पत्ता व नागरिकत्व यांची संपूर्ण माहिती देणे आवश्यक आहे.

GIअंतर्गत नोंदणी करण्याकरिता करावयाच्या अर्जासह द्यावयाची माहिती

- GIअंतर्गत नोंदणी करण्यात येणारा माल भौगोलिक क्षेत्राशी निगडित, खास गुणवत्ता सातत्य व इतर गुणधर्मांशी संबंधित असण्याचा सविस्तर तपशील
- GIशी निगडित मालाच्या गुणवत्तेबाबत, ग्रेडबाबत तीन प्रमाणित प्रती
- मालाच्या गुणवत्तेबाबत नोंदणी केलेली असल्यास त्याचा तपशील

अर्जासह सादर करावयाच्या प्रपत्रात आवश्यक माहिती

- मालाची गुणवत्ता, सातत्य, विशेष गुणधर्म यामध्ये त्या भागातील भौगोलिक क्षेत्राचा तसेच मानवनिर्मित तंत्रज्ञानाचा कसा समावेश आहे, याची सविस्तर माहिती
- उत्पादित मालामध्ये गुणवत्ता, प्रमाणके

व विशेष गुणधर्म टिकवून ठेवण्याकरिता अवलंबण्यात येणारी विशिष्ट पद्धतीची माहिती

- संबंधित क्षेत्राशी, विभागाशी निगडित क्षेत्राच्या नकाशाच्या तीन प्रती
- भौगोलिक वातावरण, तसेच मानवी बुद्धिमत्तेच्या विशेष वापराची, गुणवत्ता व गुणधर्माची GIशी असलेल्या संबंधाबाबतची माहिती

नोंदणीची प्रक्रिया

GIअंतर्गत नोंदणी करण्याची प्रक्रिया पुढीलप्रमाणे : जिऑग्राफिकल इंडिकेशन गुड्स (रजिस्ट्रेशन ॲण्ड प्रोटेक्शन) ॲक्ट, १९९९ खाली नोंदणी करण्याकरिता मालाची एकूण ३४ वर्गांमध्ये विभागणी केली असून, त्यामध्ये मशिनरी, औद्योगिक उत्पादने, वैद्यकीय उपकरणे, सौंदर्यप्रसाधने, किचन वेअर्स, कृषी, फलोत्पादन, डेअरी इत्यादींचा समावेश आहे.

मालाचे वर्गीकरण

वर्ग २९ : सुकी फळे, भाजीपाला, जेली, जॅम, फळे, दूध व दुधाचे पदार्थ, खाद्यतेले, अंडी

वर्ग ३० : चहा, कॉफी, कोको, साखर, भात, मध, मसाले

वर्ग ३१ : कृषी व फलोत्पादन व अमली पदार्थ, ताजी फळे व भाजीपाला, नैसर्गिक रोपे व फुले

वर्ग ३२ : फळांपासून बनवलेले पेय, रस

अधिक माहितीसाठी संपर्क

Geographical Indication Registry

Gune Complex, Annex I,

433 First Floor, Anna Sakal, Teynampet,

Chennai 600 016 Tel.: 044-4314297

E-mail : girlindia@vsnl.net

GIअंतर्गत नोंदणी करण्याची प्रक्रिया

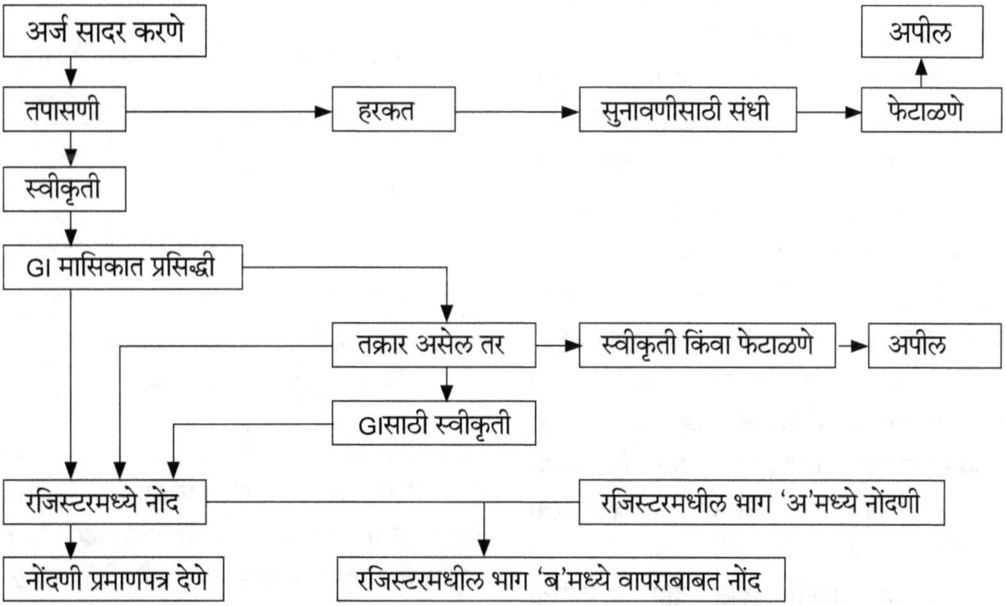

जिओग्राफिकल इंडिकेशन किंवा भौगोलिक नोंदणी ही एक प्रकारचे मानांकन नोंद आहे. जी भौगोलिक क्षेत्राशी निगडित आहे. ही कृषी क्षेत्रातील नैसर्गिक व उत्पादित मालाची ओळख करण्यास उपयुक्त असून त्याद्वारे त्याची खास गुणवत्ता, गुणवत्तेतील सातत्य व त्याच्यामधील विशेष गुणधर्मांचे जतन करण्यासाठी हे चिन्हांकन उपयुक्त आहे.

भौगोलिक चिन्हांकन हा सामूहिक हक्क आहे. जेव्हा एखादा शेतकरी समूह पीक पिकवतो किंवा पदार्थ बनवतो, तेव्हा त्याला तेथील भौगोलिक परिस्थितीनुसार काही गुणधर्म, वैशिष्ट्ये मिळालेली असतात, त्यामुळे त्या पिकाची किंवा उत्पादनाची विशेष गुणवत्ता निर्माण होते. तेथील हवामान, माती आणि पाणी यांचा त्या उत्पादनावर परिणाम झालेला असतो. त्यामुळे त्या उत्पादनाला एक वैशिष्ट्य प्राप्त झालेले असते. या वैशिष्ट्यपूर्ण उत्पादनाची बौद्धिक संपत्ती म्हूनून भौगोलिक उपदर्शन (नोंदणी व संरक्षण) अधिनियम १९९९ या कायद्याखाली नोंदणी करून त्याला संरक्षण देणे म्हणजेच भौगोलिक चिन्हांकन नोंदणी होय.

कोणताही नोंदणीकृत व्यक्तिसमूह किंवा उत्पादक संघटना जो त्या उत्पादनाच्या हिताशी संबंधित असेल, फक्त तेच या चिन्हांकन नोंदणीसाठी अर्ज करू शकतात. संबंधित कार्यक्षेत्रात उत्पादित होणाऱ्या सर्व कृषिमालास याचा फायदा घेता येतो. कारण ही बौद्धिक संपदा सामूहिक हक्काची असते. याची वैयक्तिक स्वरूपात नोंदणी करता येत नाही.

अर्जदार संस्था कोणीही असली तरी त्या पिकाच्या भौगोलिक क्षेत्रामधील इतर शेतकऱ्यांनासुद्धा या नोंदणीचा फायदा घेता येतो. जिओग्राफिकल इंडिकेशनअंतर्गत १० वर्षांकरिता नोंदणी केली जाते.

दर दहा वर्षांनी पुढील दहा वर्षांकरिता नूतनीकरण करणे आवश्यक अतसे. जर जिओग्राफिकल इंडिकेशनचे नूतनीकरण केले नाही तर नोंदणी आपोआप रद्द होते. हे या ठिकाणी राज्यताील अर्जदार संस्थांनी लक्षात घेणे आवश्यक आहे. फक्त नोंदणी करून उपयोग होणार नाही. नोंदणीनंतर संबंधित मालाच्या गुणवत्तेमध्ये सातत्य राखणे, बिगर सभासद शेतकऱ्यांनासुद्धा याचा लाभ देण्याच्या दृष्टीने कार्यवाही करणे आवश्यक आहे. या मालाला राष्ट्रीय तसेच आंतरराष्ट्रीय बाजारपेठेमध्ये एक गुणवत्तापूर्ण ब्रँड म्हणून विकसित करणे हे यापुढे सर्व अर्जदार संस्थांनी काम करावयाचे आहे. आपल्या देशात जीआयची नोंदणी झाल्यानंतर परदेशामध्ये विशेषत: युरोपियन युनियनमध्ये या उत्पादनांची प्रोटेक्टिव्ह जीआयअंतर्गत नोंदणी करता येते.

भौगोलिक चिन्हांकन नोंदणीअंतर्गत २०१५ अखेर २९५ विविध क्षेत्रांतील मालाचीही नोंदणी आहे. त्यामध्ये राज्यातील २४ कृषिमालाचा समावेश आहे. त्यापैकी पुढील पाच कृषिमालास यापूर्वीच भौगोलिक मानांकनाचा दर्जा प्राप्त झाला आहे.

क्र.	मालाचे नाव	प्रकार	अर्ज क्रमांक
१.	महाबळेश्वर स्ट्रॉबेरी	कृषी	१५४
२.	नाशिक द्राक्ष	कृषी	१६५
३.	कोल्हापूर गूळ	कृषी	२४०
४.	नागपूर संत्री	कृषी	३८५
५.	नाशिक व्हॅली वाईन	कृषी प्रक्रिया	१२३

महाराष्ट्र राज्य हे फलोत्पादनामध्ये अग्रेसर असून राज्यातील विविध भागांमध्ये उत्कृष्ट दर्जाचे फळे व भाजीपाला उत्पादन घेतले जाते. विविध फळे व भाजीपाला यांची ओळख त्या-त्या भागातील

वैविध्यपूर्ण बाबींकरिता प्रसिद्ध आहेत. म्हणून त्या भागाची ओळख पिकाच्या नावाने प्रसिद्ध आहे. वरील वस्तुस्थितीचा विचार करून सदर पिकाच्या गुणवत्तेस हमीभाव मिळण्याच्या दृष्टिकोणातून भौगोलिक चिन्हांकन नोंदणीस विशेष महत्त्व प्राप्त झाले आहे. महाराष्ट्रातील एकूण २४ कृषिमालाची नोंदणी झालेली आहे.

राज्यातील वैविध्यपूर्व उत्पादन होणाऱ्या फळे व भाजीपाला पिकांकरिता भौगोलिक चिन्हांकनाचा दर्जा मिळवण्याकरिता २०१४-१५मध्ये राष्ट्रीय कृषभ विकास योजनेंतर्गत बौद्धिक संपदा हक्क (आयपीआर)अंतर्गत राज्यातील १३ प्रमुख कृषी व फलोत्पादन पिकांचे भौगोलिक चिन्हांकन नोंदणीसाठी (जीआय) राज्य सरकारने निधी उपलब्ध करून दिला.

जीआय नोंदणीसाठी निवड केलेल्या १३ पैकी १३ पिकांना भौगोलिक चिन्हांकन मानांकन / प्रमाणपत्र प्राप्त झाले आहे. त्याचा तपशील पुढीलप्रमाणे आहे :

क्र.	जिल्हा	भौगोलिक चिन्हांकनाचा विषय / पीक	जीआय लोगो	उत्पादकांच्या वतीने अर्ज सादर केलेल्या संस्थेचे नाव	प्रमाणपत्राचा क्रमांक व दिनांक
१.	नाशिक	लासलगावचा कांदा	उपलब्ध नाही	बळीराजा शेतकरी गट, नाशिक	२५८ दि. ३१-३-२०१६
२.	जळगाव	जळगावचे भरीत वांगे		नवनिर्मिती शेतकरी मंडळ, असोद जळगाव	२६९ दि. ३-६-२०१६
३.	पुणे	सासवडचे अंजीर		अखिल महाराष्ट्र अंजीर उत्पादक संशोधन संघ, ५० अ हडपसर इंडस्ट्रिअल इस्टेट, टाटा हनिवेलजवळ, पुणे	२६८ दि. ३-६-२०१६
४.	सोलापूर	सोलापूरचे डाळिंब		अखिल महाराष्ट्र डाळिंब उत्पादक संशोधन संघ, ई-१५, निसर्ग, मार्केटयार्ड, पुणे	२७० दि. ३-६-२०१६
५.	सांगली	सांगलीचा बेदाणा		महाराष्ट्र राज्य द्राक्ष बागायतदार संघ, सांगली	२६३ दि. १८-५-२०१६

क्र.	जिल्हा	भौगोलिक चिन्हांकनाचा विषय / पीक	जीआय लोगो	उत्पादकांच्या वतीने अर्ज सादर केलेल्या संस्थेचे नाव	प्रमाणपत्राचा क्रमांक व दिनांक
६.	जालना	जालन्याची मोसंबी	JALNA SWEET ORANGE	जालना जिल्हा फळे व मोसंबी बागायतदार संघ, जालना	२६६ दि. ३१-५-२०१६
७.	बीड	बीडचे सीताफळ	BEED CUSTARD APPLE	बालाघाट सीताफळ संघ, बीड	२६५ दि. ३१-५-२०१६
८.	सिंधुदुर्ग	वेंगुर्ल्याचे काजू		कोकण काजू समूह, सिंधुदुर्ग	२५७ दि. ३१-३-२०१६
९.	पालघर	घोलवडचे चिक्कू	DAHANU GHOLVAD CHIKU	महाराष्ट्र राज्य चिक्कू उत्पादक संघ, डहाणू, ठाणे	२८० दि. ३०-११-२०१६
१०.	जळगाव	जळगावची केळी	JALGAON BANANA	निसर्ग राजा कृषी विज्ञान केंद्र, तांदळवाडी, तालुका रावे, जि. जळगाव	२८२ दि. ३०-११-२०१६
११.	औरंगाबाद	मराठवाड्याचा केशर आंबा	MARATHWADA KESAR MANGO	आंबा उत्पादक संघ, औरंगाबाद	२८२ दि. ३०-११-२०१६
१२.	रत्नागिरी	हापूस आंबा	उपलब्ध नाही	केळशी परिसर संस्था, केळशी, जि. रत्नागिरी	- दि. ३०-११-२०१८
१३.	सांगली	सांगलीची हळद	SANGLI TURMERIC	सांगली हळद क्लस्टर प्रा. लि. सांगली	३२७ दि. ७-११-२०१८

Source : http://ipindiaservices.gov.in/GirPublic/

एमएसीपीमार्फत १० कृषिमालाकरिता भौगोलिक चिन्हांकन नोंदणीसाठी अर्ज करण्यात आले होते. त्यापैकी आठ कृषिमालास भौगोलिक चिन्हांकन नोंदणी प्रमाणपत्र प्राप्त झाले असून त्याचा तपशील पुढीलप्रमाणे :

क्र.	जिल्हा	भौगोलिक चिन्हांकनाचा विषय / पीक	जीआय लोगो	उत्पादकांच्या वतीने अर्ज सादर केलेल्या संस्थेचे नाव
१.	कोल्हापूर	आजरा घनसाळ		आजरा तालुका शेतकरी विकास मंडळ
२.	सातारा	वाघ्या घेवडा		जय तुळजाभवानी बचत गट
३.	पुणे	मुळशीचा आंबेमोहर भात		मुळशी तालुका आंबेमोहर संवर्धन संघ
४.	रत्नागिरी व सिंधुदुर्ग	कोकम		रत्नागिरी सिंधुदुर्ग महाकोकम संस्था
५.	सोलापूर	मंगळवेढ्याची ज्वारी		मालदांडी ज्वारी विकास संघ
६.	नंदूरबार	नवापूरची तूर		बळीराजा कृषक बचत गट
७.	नागपूर	भिवापूरची मिरची		भिवापूर मिरची उत्पादक समूह गट
८.	वर्धा	वायगावची हळद		वायगाव हळद उत्पादक संघ

❑

कीडनाशक उर्वरित अंश तपासणी

युरोपीय समुदायामधील नेदरलँड, जर्मनी, बेल्जियम, ग्रीस, फ्रान्स, हंगेरी, पोलंड, स्पेन, ऑस्ट्रिया, सायप्रस, फिनलंड, पोर्तुगाल, स्वीडन हे देश प्रामुख्याने मोठ्या प्रमाणात कृषिमालाची आयात करतात.

पिकांवरील किडी व रोग तसेच तणाच्या नियंत्रणाकरिता कीडनाशकांचा वापर करण्यात येतो. कीडनाशकांच्या अति वापरामुळे व कृषिमालामधील उर्वरित अंशामुळे मानवाच्या व प्राण्यांच्या आरोग्यावर अनिष्ट परिणाम होत असल्याचे आढळून आले आहे.

युरोपीय देश या उर्वरित अंशाचे प्रमाण क्षम्य मर्यादेच्या आत असल्याशिवाय व कीडनाशक उर्वरित अंश प्रमाणपत्र सादर केल्याशिवाय आयातीस परवानगी देत नाहीत.

कीडनाशकांच्या विषारीपणाचे मोजमाप एलडी ५० (Lethal Dose 50) मध्ये केले जाते आणि ते मिग्रॅम / किलो शरीराचे वजन या एककामध्ये दर्शवले जाते. रसायनांचा एलडी ५० काढण्यासाठी सर्वसाधारपणे उंदीर, घूस, ससा, डुक्कर आदी प्राण्यांवर प्रयोग केले जातात.

एलडी ५० : एकाच सजातीय बहुसंख्याक प्राण्यांपैकी प्राण्यांचा ५० टक्के मृत्यू घडवून आणू शकणारी विषाची मात्रा म्हणजे एलडी ५० किंवा मेडियन लिथल डोस होय.

एलसी ५० : प्रयोगातील ५० टक्के प्राण्यांचा मृत्यू घडवून आणू शकणारी सक्रिय घटकांची तीव्रता (Concentration) म्हणजे एलसी ५० होय.

तीव्र मौखिक विषारीपणा (Acute Oral Toxicity) : सक्रिय घटकांची (विषाची) एकच मौखिक मात्रा (तोंडातून) दिल्यावर होणारी विषबाधा.

तीव्र त्वचा विषारीपणा (Acute Dermal Toxicity) : सक्रिय घटकांची (विषाची एकच मात्रा त्वचेतून शरीरात गेल्यावर) होणारी विषबाधा.

विषारीपणाचे भारतीय वर्गीकरण

कीटकनाशक अधिनियम, १९६८ व नियम १९७१मधील कलम ९ अन्वये नोंदणी प्रमाणपत्रे देताना एलडी ५० व एलसी ५०नुसार कीडनाशकाचे चार भागांत वर्गीकरण करून नोंदणी प्रमाणपत्र दिले जाते. त्याचा तपशील पुढीलप्रमाणे आहे.

पुढील चौकटीत औषधाच्या विषारीपणानुसार प्रत्येक कीडनाशकाची किमान अवशेष मर्यादा (MRL) कोडेक्स प्रतवारीनुसार निर्धारित करण्यात आली आहे. खुल्या जागतिक धोरणानुसार (सॅनिटरी ॲण्ड फायटोसॅनिटरी मेजर्सनुसार) प्रत्येक देशास मानवाच्या व प्राण्यांच्या आरोग्याच्या

कीटकनाशकाच्या वापराबाबत नियम

विषारीपणाचा वर्ग	मौखिक एलडी ५०	त्वचा एलडी ५०	कीडनाशकाच्या पॅकिंगवरील सूचना, चिन्ह व संदेश
अतिविषारी	१-५०	१-२००	(लाल रंग)  लहान मुलांपासून दूर ठेवा. विषबाधेची लक्षणे दिसताच डॉक्टरांशी संपर्क साधा.
जास्त विषारी	५१-५००	२०१-२०००	(पिवळा रंग)  लहान मुलांपासून दूर ठेवा.
मध्यम विषारी	५०१-५०००	२००१-२०,०००	(निळा रंग)  लहान मुलांपासून दूर ठेवा.
कमी विषारी	५,००० पेक्षा जास्त	२०,००० पेक्षा जास्त	(हिरवा रंग) 

हिताच्या दृष्टिकोणातून एमआरएल निर्धारित करण्याचे अधिकार आहेत. त्यानुसार युरोपियन युनियनमधील इंग्लंड, जर्मनी, नेदरलँड या देशांनी ९० कीडनाशकांची उर्वरित अंश मर्यादा निर्धारित केली आहे. त्याप्रमाणे या कीटकनाशकांची उर्वरित अंश तपासणी करून ते क्षम्य मर्यादेच्या आत असल्याची खातरी झाल्यासच कृषिमाल आयातीकरिता परवानगी दिली जाते.

युरोपीय देशांनी द्राक्षाकरिता कीडनाशक उर्वरित अंश तपासणीकरिता निर्धारित केलेल्या एमआरएलची कीटकनाशकनिहाय माहिती स्वतंत्रपणे www.apeda.com या संकेतस्थळावर उपलब्ध आहे.

कीडनाशक उर्वरित अंश नियंत्रणाकरिता शेतकऱ्यांनी घ्यावयाची काळजी

- पिकांवरील किडींच्या व रोगांच्या नियंत्रणाकरिता शिफारस केलेल्या कीडनाशकाचाच वापर करावा.

- एकाच कीडनाशकाचा सलग वापर टाळावा.
- माल काढण्यापूर्वी ३० दिवस अगोदर फवारणी करू नये.
- गरज पडल्यास जैविक औषधांचा किंवा कमी विषारी औषधांचा (Safer Molecules) वापर करावा.
- प्रत्येक कीडनाशकात नोंदणीच्या वेळी पीएचआय (Post Harvest Interval) मंजूर केलेला असतो. त्याची पत्रकात माहिती दिलेली असते. त्यानुसार औषधांची निवड करणे गरजेचे असते.
- जैविक औषधांचा वापर करावा.
- एकात्मिक कीड व्यवस्थापनातून किडींचे व रोगांचे नियंत्रण करावे.
- अतिविषारी औषधांचा वापर सुरक्षित व गरजेनुसार करावा. अतिविषारी औषधांचा एमआरएल फारच कमी असतो.
- बंदी घातलेल्या औषधांचा वापर करू नये.
- प्रादुर्भाव प्राथमिक अवस्थेत असतानाच किडींचे व रोगांचे नियंत्रण करावे.
- किडींच्या व रोगांच्या नियंत्रणाकरिता चांगल्या दर्जाच्या स्प्रे-पंपाचा वापर करावा.
- कीटकनाशकांच्या वेष्टनाबरोबर दिलेल्या माहितीपत्रकानुसार शिफारस, मार्गदर्शन केल्यानुसारच औषधाची फवारणी करावी.
- उर्वरित अंशाची तपासणी अपेडा यांनी प्राधिकृत केलेल्या प्रयोगशाळेतूनच करून घेणे आवश्यक आहे.
- फवारणी केलेल्या औषधाचे संपूर्ण रेकॉर्ड ठेवावे, जेणेकरून उर्वरित अंशासंदर्भात काही अडचणी आल्यास त्याचा उपयोग होतो.

अपेडा प्रमाणित उर्वरित अंश तपासणी प्रयोगशाळांची यादी

क्र.	प्रयोगशाळेचे नाव	दर्जा
1.	National Research Centre for Grapes P.B. No. 3, PO Manjari Farm, P.O. Solapur Road, Pune 412307 (Maharashtra) Tel.: 91-20-269114245, 26914246 Fax : 91-20-26914246 E-mail : nrcgrape@mah.nic.in	National Referral Laboratory for Grapes
2.	Insecticide Residue Testing Laboratory Krishi Bhavan, Shivajinagar, Pune 411 005 Tel.: 020-25534348, 25281186 Fax : 020-25537695, 26131064	Government Laboratory recognised by APEDA
3.	National Horticultural Research and Development Foundation (NHRDF) Regional Research Station, Chitgaon, Chitgaon Phata, Nasik 422 003 Tel.: 0255-0237816, E-mail : nhrdf_nsk@sancharnet.in	Accredited to NABL ISO-17025 recognised by APEDA

❑

निर्यातीसाठी कृषिमालाचे पॅकेजिंग

कृषिमाल निर्यात करताना लाकडी आवेष्टनाकरिता आंतरराष्ट्रीय मानकांनुसार धुरीकरणाची आवश्यकता आहे. यासाठीच्या उपाययोजनांची सध्या परदेशांमध्ये अंमलबजावणी होत आहे. त्यामुळे शेतकऱ्यांनाही या संदर्भात माहिती असणे गरजेचे आहे.

आयएसपीएम-१५ म्हणजे काय?

आयएसपीएम-१५ म्हणजेच आंतरराष्ट्रीय प्रमाणके स्वच्छता उपाययोजना-१५. आंतरराष्ट्रीय पीक संरक्षण करार, १९५१अंतर्गत सहभागी देशांनी १९९७मध्ये समिती स्थापन केली. सदर समितीद्वारे १८ उपाययोजना सुचवण्यात आलेल्या आहेत. त्यामध्ये आंतरराष्ट्रीय पीकसंरक्षण करारानुसार लाकडी पॅकिंगकरिता मिथाईल ब्रोमाईड या कीडनाशकाचे धुरीकरण किंवा हॉट वॉटर ट्रीटमेंट करणे आवश्यक आहे.

लाकडी पॅकिंगद्वारे किडींचा व रोगांचा प्रसार होऊ नये म्हणून आंतरराष्ट्रीय मानकानुसार (आयएसपीएम-१५) लाकडी पॅकिंगकरिता मिथाईल ब्रोमाईडचे धुरीकरण किंवा हॉट वॉटर ट्रीटमेंट करावी लागते. तसे लाकडी पॅकिंग मटेरिअलवर स्टँपिंग करणे बंधनकारक करण्यात आलेले आहे. त्याची अंमलबजावणी विकसित देशांमार्फत करण्यात येत आहे.

लाकडी पॅकिंग मटेरिअल खरेदी करताना घ्यावयाची काळजी

१. लाकडी साहित्यास साल नसावी.
२. वाळवीचा प्रादुर्भाव नसावा.
३. खोडकीड, बुरशीचा प्रादुर्भाव नसावा.
४. जंगली लाकडाची भेसळ नाही, याची खातरी करणे आवश्यक आहे.
५. अधिकृत पॅकरकडून योग्य प्रतीचे लाकूड खरेदी केले पाहिजे.
६. लाकडी पॅकिंग मटेरिअलची साठवणूक योग्य रीत्या केली पाहिजे.

आपल्या राज्यातून मोठ्या प्रमाणात औद्योगिक साहित्यीच लाकडी पॅकिंगद्वारे निर्यात केली जाते. तसेच कंटेनरद्वारे कृषिमाल निर्यातीकरितासुद्धा लाकडी पॅलेटचा वापर केला जातो.

पॅकिंगकरिता लाकडांचा वापर

पॅकिंगकरिता प्रामुख्याने टिक वूड, रबर वूड, पाईन वूड, ब्रह्मा वूड, सिल्व्हर वूड यांचा वापर केला जातो.

लाकडी पॅकिंग साहित्यास प्रामुख्याने खोडकिडा (वूड बोअर), वाळवी तसेच बुरशी यांचा प्रादुर्भाव होतो. सदर किडी-रोगांच्या नियंत्रणाकरिता आंतरराष्ट्रीय प्रमाणके स्वच्छता उपाययोजना-१५ मधील मार्गदर्शक सूचनांनुसार लाकडी पॅकिंग मटेरिअलला मिथाईल ब्रोमाईड व कीडनाशकाचे

धुरीकरण करून, तसे केल्याचे लाकडी पॅकिंगवर पक्क्या शाईने नमूद करणे आवश्यक आहे.

धुरीकरण केल्याचे प्रमाणपत्र आवश्यक

आयएसपीएम-१५ नुसार लाकडी पॅकिंग मटेरिअलचे धुरीकरण करण्यासाठी केंद्र सरकारने राष्ट्रीय पीक संरक्षण संस्थेच्या (NPPO)अंतर्गत पीक संरक्षण सल्लागार, भारत सरकार, फरिदाबाद यांना धुरीकरणाचा परवाना देण्याचे अधिकार दिलेले आहेत. सदर परवाना मिळवण्यासाठी मिथाईल ब्रोमाईडचे धुरीकरण करण्यास तज्ज्ञ व्यक्तीची नियुक्ती करावी लागते. यासाठी परवाना घेणे बंधनकारक आहे. सध्या देशात १७० परवानाधारक असून, राज्यात २३ अधिकृत परवानाधारक आहेत.

लाकडी पॅकिंग मटेरिअलला मिथाईल ब्रोमाईडचे धुरीकरण अधिकृत परवानाधारकाकडून करून घेऊन विहित नमुन्यात प्रमाणपत्र घेतल्यानंतर संबंधित यंत्रणेकडून (PSC Authority) संबंधित आयातदार देशाच्या नावाने प्रमाणपत्र (PSC) घेणे आवश्यक आहे. लाकडी साहित्याचे धुरीकरण केले नाही किंवा लाकडी साहित्यामध्ये किडीचा वा रोगांचा प्रादुर्भाव आढळून आल्यास संपूर्ण निर्यातीचा माल रद्द होऊ शकतो.

पॅकेजिंग : काळाची गरज

सध्याच्या मार्केटिंगच्या आणि जाहिरातीच्या युगात पॅकिंगला मोठे महत्त्व आहे. पॅकिंगपासून शेतमालाला संरक्षण तर मिळतेच; शिवाय किफायतशीर भाव मिळण्यासही मदत होते.

पॅकिंगचा प्रकार व प्रत ही वाहतुकीचा प्रकार, अंतर, फळाची किंमत आणि बाजाराची गरज यावर अवलंबून असते. प्रत्येक प्रकारच्या फळाला वेगवेगळे पॅकिंग असल्याने त्यानुसार विचार करणे गरजेचे आहे.

बाजारातील पॅकिंग केलेली कुठलीही वस्तू सुरक्षित असते, यावर लोकांचा विश्वास आहे आणि काही प्रमाणात ते खरेही आहे. आता आकर्षक पॅकिंग केलेल्या वस्तूकडे बघण्याचा दृष्टिकोण बदलत आहे. पूर्वी लोक उघड्यावरील खाद्यपदार्थही चवीने खायचे; परंतु आता पॅकिंग केलेल्या खाद्यपदार्थांची खरेदीही चोखंदळपणे करतात. बाजारातील कोणत्याही अन्नपदार्थाची खरेदी करण्यापूर्वी त्याच्या वापरापूर्वीचे आयुष्य (शेल्फ लाईफ) ठरवताना कोणत्या प्रकारचे पॅकेजिंग वापरले आहे, पॅकेजिंगची तारीख, कंपनी या गोष्टी ग्राहक आवर्जून बघतात. यामुळेच मॉलमधील वस्तूंचे आकर्षक पॅकिंग ग्राहकांना भुरळ पाडते. फळे, फुले तसेच खाद्यपदार्थ आकर्षक पॅकिंगमुळे खरेदी करण्याचा मोह प्रत्येकालाच होतो.

पॅकेजिंगचे बदलते रूप

आधुनिक काळात पॅकेजिंग ही बाब टाळता न येण्याइतकी महत्त्वाची बनली आहे. वस्तूवर कोणते वेष्टन असावे, ते कशा प्रकारचे असावे, याचे शास्त्रच आता विकसित झाले आहे. शेतमालाचा दर्जा जास्तीत जास्त वेळ टिकवून ठेवणारे, सुरक्षित, पण हलक्या वजनाचे पॅकेजिंग कमीत कमी खर्चात देणे, हे मोठे कठीण काम झाले आहे. एवढेच नव्हे, तर तो शेतमाल बाजारातून उठून दिसावा, यासाठी त्याला आकर्षक, कलात्मक जोडसुद्धा द्यावी लागते.

एकोणिसाव्या शतकात युरोपात झालेल्या औद्योगिक क्रांतीनंतर पॅकेजिंगला खऱ्या अर्थाने महत्त्व प्राप्त झाले.

पूर्वीच्या काळी खरे तर पॅकेजिंगला फारच मर्यादित महत्त्व असायचे. मातीची, काचेची किंवा धातूची विविध आकाराची भांडी, साठवणुकीची लाकडी साधने, कातडी पिशव्या यांचा वापर प्रामुख्याने शेतमालाच्या वाहतुकीसाठी केला जायचा. धान्य साठवण्यासाठी जमिनीच्या पोटात खोदलेली पेवं असायची, अंगणात कणग्या उभ्या असायच्या, घरात अंबाऱ्या असायच्या. आदल्या

संध्याकाळी शेतातून तोडून आणलेला भाजीपाला, वेलींच्या व झाडांच्या लवचीक फांद्यांपासून विणलेल्या डालग्यांमधून भरून ठेवायचा, त्यावर पाणी मारायचे आणि दुसऱ्या दिवशी तालुक्याच्या गावाला जाऊन विकायचा. या पद्धतीने ताज्या भाजीपाल्याची वाहतूक व साठवणूक व्हायची. कित्येक खेड्यापाड्यांमधून अजूनही हीच पद्धत रूढ आहे.

ग्राहकांचीही मानसिकता बदलत चालली आहे. शक्य तितका पॅकबंद माल घेण्याकडे नागरिकांचा कल वाढलेला आहे. मापट्या-चिपट्याने धान्य घेण्यापेक्षा किलोच्या प्लास्टिकच्या पिशवीतून माल घेण्यासाठी दोन पैसे जास्त मोजण्यासाठी ग्राहक तयार आहेत. प्रवासादरम्यान, मिळेल तिथले पाणी आता लोक पीत नाहीत. त्यासाठी पाण्याची बाटली विकत घ्यायलाही ते मागेपुढे पाहत नाहीत. शेतमालाच्या विक्री व्यवहाराच्या कक्षाही गाव-तालुका-जिल्हा ओलांडून पुढे गेल्या आहेत. आता दोनशे-तीनशे किलोमीटरपेक्षासुद्धा अधिक लांबवर ताज्या शेतमालाची वाहतूक करावी लागते. परराज्यांमध्ये तसेच परदेशांतही माल पाठवला जातो. त्यामुळे शेतमालाची साठवणूक, वाहतूक, वितरण, विक्री या गोष्टींबरोबरच पॅकेजिंगलाही खूप महत्त्व प्राप्त झाले आहे.

पॅकेजिंगचा हेतू

- एकसंधता राखणे आणि अन्नाची नासाडी टाळणे
- उत्पादनाच्या गुणधर्मामध्ये वाढ करणे (स्वरूप, चव, स्वाद, सुगंध वगैरे वाढवणे)
- उत्पादनातील किंवा पॅकेजमधील बदलांना सक्रिय प्रतिसाद देणे
- उत्पादनाची माहिती, पार्श्वभूमी किंवा वापर करणाऱ्याला कळवणे
- उत्पादनाचा अस्सलपणा टिकवणे
- सील एकसंध असल्याचे निदर्शन

पॅकेजिंगचे प्रकार

कृषिमालावर प्रक्रिया करून तो ग्राहकांपर्यंत सुस्थितीत पोहोचवण्याकरिता पॅकेजिंगला महत्त्व प्राप्त झालेले आहे. पॅकेजिंगचे पुढील तीन प्रकारांत वर्गीकरण करण्यात येते :

■ अक्रियाशील पॅकेजिंग (Passive Packaging)

या पॅकेजिंगमुळे हवा आणि बाष्प यांसारख्या गोष्टींपासून संरक्षण मिळते. थॉस हे पारंपरिक पॅकेजिंग असून, त्यातील आच्छादक द्रव्यामध्ये अंगभूत रोधक संरक्षक आणि हाताळण्यातील सुलभता असे गुणधर्म असतात. या प्रकारच्या पॅकेजिंगचे सर्वात साधे उदाहरण म्हणजे प्लास्टिकची पिशवी.

■ क्रियाशील पॅकेजिंग (Active Packaging)

कियाशील पॅकेजिंग सक्रियपणे हवाबंद स्थितीत बदल घडवून पदार्थाचे आयुष्य वाढवते किंवा सुरक्षा आणि संवेदन गुणधर्म सुधारते. त्याच वेळी अन्नाची गुणवत्ताही कायम राखली जाते.

■ इंटेलिजंट पॅकेजिंग

या प्रकारामध्ये अन्नाच्या गुणवत्तेवर देखरेख ठेवली जाते, आणि वाहतुकीच्या तसेच साठवण्याच्या वेळी पॅकिंग केलेल्या अन्नाच्या दर्जाविषयी माहिती दिली जाते. कार्याच्या पद्धतीनुसार ॲक्टिव्ह आणि इंटेलिजंट पॅकेजिंगचे तीन गट केले आहेत : (१) शोषक (स्कॅव्हेजर्स किंवा ॲबसॉर्बर्स ॲक्टिव्ह पॅकेजिंग) (२) उत्सर्जक (ॲक्टिव्ह पॅकेजिंग) (३) निदर्शक (इंटेलिजंट पॅकेजिंग)

१. शोषक (स्कॅव्हेजर्स किंवा ॲबसॉर्बर्स ॲक्टिव्ह पॅकेजिंग)

या गटातील ॲक्टिव्ह पॅकेजिंगमध्ये असलेली घटकद्रव्ये अन्नाच्या आतल्या भागातील ऑक्सिजन, एल्लिन, बाष्प वगैरे पदार्थ शोषून

घेऊन दूर करतात. त्यांचा हेतू अन्नावर परिणाम करण्याचा नसून, वापरापूर्वीचे अन्नाचे आयुष्य वाढवण्याचा असतो. ऑक्सिजन निवारकाचा वापर अविशिष्ट ऑक्सिजन दूर करण्यासाठी आणि एरोबिक प्लोरा किंवा बुरशीची वाढ होऊ नये म्हणून केला जातो. एथिलीन निवारकाचा वापर एथिलीन दूर करण्यासाठी व त्यायोगे फळे पिकणे लांबणीवर टाकण्यासाठी होतो.

२. **उत्सर्जक (ॲक्टिव्ह पॅकेजिंग)**

ॲक्टिव्ह पॅकेजिंगच्या या गटामध्ये असे पदार्थ निर्माण केले जातात, जे अन्नाच्या पॅकेजमध्ये, मधल्या जागेमध्ये किंवा अन्नामध्ये शिरून तेथील वातावरणावर तांत्रिक परिणाम घडवतात. अशा बाबतीत ग्राहक अन्नाबरोबर या घटक पदार्थांचेही सेवन करतो.

३. **निदर्शक (इंटेलिजंट पॅकेजिंग)**

थेट अन्नोत्पादनाच्या गुणवत्तेविषयी किंवा पॅकेजवरील अथवा मधल्या जागेतील वायुविषयी किंवा पॅकेजच्या साठवण स्थितीविषयी पॅकेजिंगवरील अथवा पॅकेजिंगमधील निदर्शक माहिती देतात. या निदर्शकांना इंटेलिजंट पॅकेजिंग असे म्हटले जाते.

उत्पादनात कोणती घटकद्रव्ये आहेत, ते साठवावे कसे, वापरावे कसे याची माहिती आता ग्राहकांना अधिकाधिक प्रमाणात हवी असते. जीवनशैलीत जसजसे बदल होत आहेत, तसतसे ग्राहक खाद्यपदार्थांसाठी जास्त किंमत मोजायला तयार होत आहेत. त्यामुळे पॅकेजिंगला अधिकच महत्त्व प्राप्त होणार आहे.

अक्रियाशील पॅकेजिंगची (स्कॅव्हेंजर्स किंवा ॲब्सॉर्बर्सची) उदाहरणे

प्रकार	**कुठे वापरायचे ?**	**उपयोगी पडणारे घटक**
ऑक्सिजनशोषक	चीज, बेकरी, उत्पादन, मिठाई, दुधाची पावडर, कॉफी, चहा, बीन्स, तृणधान्य, तयार पदार्थ	फेरोकम्पाउंड्स, ॲस्कार्बिक ॲसिड, धातूचे क्षत्तर, ग्लुको ऑक्साईड्स
आर्द्रताशोषक	फळांचे व भाज्यांचे काप, बेकरी उत्पादने, मासे	ग्लायेसरॉक, चिकणमाती, लिलिसिअम ऑक्साईड
एथिलीनशोषक	रोस्टेड कॉफी	कॅल्शिअम ऑक्साईड
स्वादकारी द्रव्येशोषक	स्नॅक्स व फळांचा रस यांसारखे सहज ऑक्सिडीभवन होऊ शकणारे पदार्थ	पोटॅशिअम परमँगनेट, कार्बन पॉलिमर्समधील सायट्रिक ॲसिड, सेल्युलोज इस्टर्स

क्रियाशील पॅकेजिंगची (उत्सर्जकाची) उदाहरणे

प्रकार	परिणाम	कुठे वापरायचे ?
आर्द्रता नियामक	आर्द्रतेच्या प्रमाणाचे नियमन	भाज्या
कार्बन डायऑक्साईड उत्सर्जक	शेल्फ लाईफ वाढवणे	प्रक्रिया न केलेल्या भाज्या आणि फळे
सल्फर डायऑक्साईड	ब्लिचिंग घटक, अँटी ऑक्सिडंट, अँटी मायक्रोबियल	सुकवलेल्या भाज्या, विविध प्रकारे उष्णतेची प्रक्रिया केलेले पदार्थ
कीटकनाशक उत्सर्जक	अँटी मायक्रोबियल, बुरशीनाशक किंवा कीटकनाशक	सुकवून भरून ठेवलेले पदार्थ
टिकवणारी द्रव्ये	बुरशीनाशक किंवा कीटकनाशक	प्रक्रिया न केलेली फळे
अँटी ऑक्सिडंट्स	अँटी ऑक्सिडेशन	सुकवलेले पदार्थ

इंटेलिजंट पॅकेजिंगची (निदर्शकाची) उदाहरणे

प्रकार	परिणाम	कुठे वापरायचे ?
वेळ - तापमान	तापमानाच्या इतिहासाची आणि परिणामांची माहिती	साठवणुकीमध्ये किंवा वाहतुकीमध्ये लेबलिंगसाठी
कार्बन - बदललेल्या पॅकेजिंगमधील डायऑक्साईड	कार्बन डायऑक्साईडच्या प्रमाणाची माहिती	बदललेल्या हवा नियंत्रित वातावरणातील पदार्थांचे पॅकेजिंग
ऑक्सिजन गळतीची माहिती	कार्बन डायऑक्साईडच्या प्रमाणाची माहिती	
रंग	पदार्थाच्या पॅकेजिंगमधील तापमानावर माहिती	मायक्रोवेव्हच्या तयारीसाठी पदार्थ
ब्रेकेज	मोडतोड झालेल्या पॅकेजिंगवरील माहिती	कॅनमधील बेबी फूड

❑

आयात-निर्यात कोड महत्त्वाचा

कृषिमाल निर्यातीकरिता निर्यातदाराच्या नावाने आयात-निर्यात कोड असणे आवश्यक आहे. परंतु बऱ्याच वेळा असे दिसून येते की, उत्पादक शेतकरी संस्था किंवा उद्योजक माल तयार झाल्यानंतर आयातदाराशी संपर्क साधतो. काही वेळा आयातदार मध्यस्थामार्फत कृषिमाल उत्पादकांशी संपर्क साधून माल खरेदी करतात. अशा वेळी उत्पादक शेतकरी / संस्था यांच्या नावे आयात-निर्यात कोड नसल्यामुळे त्यांना स्वतःच्या नावे माल निर्यात करता येत नाही. त्यांना ज्यांच्या नावे आयात-निर्यात कोड आहे, त्यांच्या नावेच निर्यात करण्याशिवाय पर्याय नसतो.

ज्या उत्पादक शेतकऱ्यांना, संस्थेला कृषिमाल स्वतःच्या नावे निर्यात करावयाचा आहे, त्यांनी ज्या नावाने कृषिमाल निर्यात करावयाचा आहे, त्या नावानेच आयात-निर्यात कोड काढणे अत्यंत आवश्यक आहे. हा कोड कायमस्वरूपी दिला जातो.

IEC (Importer-Exporter Code)

आयईसी म्हणजे आयात-निर्यात क्रमांक.

ज्यांना जागतिक बाजारपेठेमध्ये मालाची निर्यात करावयाची अशा संबंधित व्यक्ती, संस्था, कंपनी यांना ज्या नावाने माल निर्यात करावयाचा आहे, त्या नावाने आयईसी घेणे आवश्यक आहे.

फायदे

१. स्वतःच्या नावे आयात-निर्यात करता येते.

२. डायरेक्ट जनरल फॉरेन ट्रेड (DGFT) कस्टम आणि निर्यात परिषद, तसेच इतर विभागाच्या विविध निर्यातीस प्रोत्साहन योजनेचा लाभ घेता येतो.

परवान्यात बदल करण्यासाठी

१. आयईसी परवान्यात बदल करण्यासाठी विहित नमुन्यामध्ये (ANF-2) अर्ज द्यावा.

२. आयईसी परवान्यात बदल करण्याच्या तपशिलाबाबत पार्ट-सी नमुन्यात माहिती द्यावी.

अर्जासोबत जोडावयाचे कागदोपत्री पुरावे

१. प्रोप्रायटरी फर्म असेल तर प्रत्येकाची जन्मतारीख

२. कंपनी असेल तर Date of Incorporation

३. इतर बाबतीत : Date of Formation

४. फी : आयईसी परवाना काढल्यापासून ६० दिवसांच्या आत बदलासाठी अर्ज केल्यास फी लागत नाही. तसेच जुन्या आयईसीमध्ये पॅन नंबरचा समावेश करण्यासाठी फी लागत नाही. इतर बदलांसाठी डिमांड ड्राफ्टद्वारे २०० रुपये फी भरणे आवश्यक

५. मूळ आयईसी प्रत सादर करणे आवश्यक

६. अर्जदारांनी अर्जासोबत सर्व कागदपत्रांवर स्वाक्षरी करणे आवश्यक

डुप्लिकेट काढण्यासाठी

१. विहित नमुन्यात अर्ज
२. १०० रुपयांचा डिमांड ड्राफ्ट
३. आयईसी हरवल्याची पोलिसांकडे एफआयआर दाखल केल्याची प्रत
४. २० रुपयांच्या स्टँप पेपरवर हमीपत्र नोटराइज्ड करून सादर करणे आवश्यक

प्रमाणपत्र मिळवण्याकरिता सुविधा

http//www.dgft.gov.in/dgftda वर करण्यात आलेली आहे. एकदा माहिती भरल्यानंतर परत बदल करता येत नाही.

माहिती भरल्यानंतर त्याची प्रिंट काढून इतर सर्व माहिती संबंधित कार्यालयास पोस्टाने अथवा समक्ष सादर करावी लागेल.

परवाना मिळण्याचे ठिकाण

हा परवाना केंद्रीय वाणिज्य मंत्रालय, भारत सरकार यांच्या डायरेक्टोरेट जनरल ऑफ फॉरेन ट्रेड यांच्या कार्यालयामार्फत दिला जातो. याचे मुख्यालय नवी दिल्ली येथे आहे.

डायरेक्टोरेट जनरल ऑफ फॉरेन ट्रेड
उद्योग भवन, एच विंग, गेट क्रमांक २,
मौलाना आझाद रोड, नवी दिल्ली ११० ०११
दूरध्वनी : ०११-२३०६१५६२
फॅक्स : ०११-२३०६२२२५

देशात नवी दिल्ली व्यतिरिक्त प्रमुख राज्यांतील ३३ ठिकाणी विभागीय कार्यालये आहेत. त्यापैकी महाराष्ट्रात मुंबई व पुणे येथे कार्यालय आहे. सदर कार्यालयांमार्फत आयईसी परवाना दिला जातो.

राज्यातील कार्यालये

१. दी जॉईंट डायरेक्टर जनरल ऑफ फॉरेन ट्रेड
न्यू मरीन लाईन्स, चर्चगेट, मुंबई ४०० ०२०
दूरध्वनी : ०२२-२२०१७७१६
फॅक्स : ०२२-२२०६३४३८
समाविष्ट जिल्हे : विदर्भातील जिल्हे, उस्मानाबाद, औरंगाबाद, धुळे, जळगाव, नंदूरबार, रायगड, ठाणे

२. दी जॉईंट डायरेक्टर जनरल ऑफ फॉरेन ट्रेड
सी ब्लॉक, पीएमटी कमर्शिअल कॉम्प्लेक्स, शंकरशेठ रोड, स्वारगेट, पुणे ४११ ०३७
दूरध्वनी : ०२०-२४४४५१४३
फॅक्स : ०२०-२४४४१५७७
समाविष्ट जिल्हे : पुणे, अहमदनगर, जालना, बीड, कोल्हापूर, लातूर, नांदेड, परभणी, रत्नागिरी, सांगली, सातारा, सोलापूर, सिंधुदुर्ग, नाशिक

परवाना, अर्जात नमूद केलेल्या पत्त्यावर रजिस्टर्ड पोस्टाने पाठवला जातो, समक्ष दिला जात नाही. रजिस्टर्ड पत्र परत गेल्यास अर्जदाराने संबंधित पोस्ट ऑफिस कार्यालयास दूरध्वनी किंवा लाईट बिल किंवा इतर योग्य पुरावा सादर केल्यानंतर दिला जातो.

आयईसी परवाना हा कायमस्वरूपी असल्याने उत्पादक शेतकरी, संस्था व कंपनी यांनी स्वतःच्या नावे निर्यात करण्याकरिता आयईसी परवाना काढल्यास भविष्यात निर्यातीसाठी उपलब्ध होणाऱ्या संधीचा तसेच निर्यात प्रोत्साहन योजनेचा लाभ घेण्यास मदत होणार आहे. आयईसीचा परवाना स्वतः माहिती भरून सादर करावा. आयईसी परवान्याबाबत अर्जाचे नमुने आणि अधिक माहिती http://dgft.delhi.nic.in या संकेतस्थळावर उपलब्ध आहे.

परवाना काढण्यासाठी आवश्यक कागदपत्रे

१. विहित नमुन्यात (ANF-1) अर्ज भरावा.
२. पार्ट 'डी'मध्ये अर्जदाराचे हमीपत्र जोडावे.
३. पार्ट 'बी'मध्ये (Appendix 18A) ज्या

बँकेमध्ये अर्जदाराचे खाते आहे, त्या बँकेचे विहित नमुन्यात पत्र तसेच बँकेच्या पत्रावर अर्जदाराचा फोटो चिकटवून त्यावर बँक मॅनेजरची ओळखीसंदर्भात स्वाक्षरी असणे आवश्यक आहे.

४. इन्कम टॅक्स विभागातर्फे काढण्यात आलेल्या पॅन नंबरची प्रत (स्व-प्रमाणित) जोडावी.
५. फी : ५०० रुपये क्रेडिट कार्डद्वारे भरावी.
६. स्वतःचा पत्ता लिहिलेला लिफाफा. त्यावर ३० रुपयांचा स्टँप लावावा.
७. अर्ज व त्यासोबतची सर्व कागदपत्रे दोन प्रतीत सादर करावी.
८. कंपनीच्या किंवा संस्थेच्या नावे आयईसी मिळवण्यासाठी कंपनीच्या / संस्थेच्या रजिस्ट्रेशन प्रमाणपत्राची प्रत जोडावी.

वरील सर्व माहितीसह अर्ज पोस्टाने किंवा समक्ष संबंधित कार्यालयात सादर करावा लागतो. प्रत्येक कागदपत्रावर अर्जदाराची स्वाक्षरी आवश्यक आहे. तसेच संबंधित अधिकाऱ्यांना सर्व कागदपत्रांची फाईल करून ती सादर करावी.

२०१८-१९पासून www.dgft.gov.in या वेबसाईटवर आयात-निर्यात कोड काढण्यासाठी ऑनलाईन सुविधा उपलब्ध केली आहे.

❑

विभाग दुसरा

पीकनिहाय गुणवत्ता प्रमाणके
आणि
निर्यातीची कार्यपद्धती

आंबा

युरोपीय देशांमध्ये आंब्याची मागणी वाढली आहे. विशेषतः नेदरलँड, फ्रान्स, इंग्लंड, जर्मनी इत्यादी देशांत आंब्याची आयात केली जाते. भारतातून प्रामुख्याने हापूस, तोतापुरी, बेगमपल्ली तसेच केसर आंब्यांची निर्यात केली जाते.

युरोपीय देशांना आंबा निर्यातीसाठी अपेडामार्फत ॲगमार्क प्रमाणपत्र घेणे बंधनकारक आहे.

आवेष्टन व प्रतवारी अधिनियम, १९३७ नुसार आंब्याच्या प्रतवारीकरिता तपासणी व विपणन संचालनालय, भारत सरकारमार्फत पुढीलप्रमाणे प्रमाणके निर्धारित केलेली आहेत.

सर्वसाधारण आवश्यकता

आंबा पूर्ण वाढ झालेला, दिसण्यास ताजा, स्वच्छ, कीडमुक्त, कमी किंवा जास्त उष्णतेमुळे प्रादुर्भावमुक्त असून, त्याला वेगळा वास व चव नसली पाहिजे. काळजीपूर्वक काढणी करणे आवश्यक आहे.

१. **विशेष वर्ग :** आंबा हा अप्रतिम दर्जाचा असावा. जातीच्या गुणधर्मानुसार आकार व रंग असावा. गुणवत्तेबाबत कोणतीही तडजोड नसावी.

२. **वर्ग १ :** आंबा चांगल्या दर्जाचा असावा. जातीच्या गुणधर्मानुसार आकार व रंग असावा. आकारामध्ये काही प्रमाणात सवलत. फळाचे वजन हे अ, ब, क प्रतवारीनुसार असले पाहिजे.

३. **वर्ग २ :** या वर्गामधील आंबा हा वरील विशेष वर्ग व वर्ग १ चा नसला तरी कमीत कमी सर्वसाधारण गुणवत्तेचा असावा. आकारामध्ये काही प्रमाणात सवलत, फळाचे वजन अ, ब, क प्रतवारीनुसार असले पाहिजे.

फळांच्या आकारानुसार वर्गवारी

गट	वजन मर्यादा (ग्रॅममध्ये)	जास्तीत जास्त वजनातील फरक (ग्रॅम)
अ	२००-३००	७५
ब	३५१-५५०	१००
क	५५१-८००	१२५

गुणवत्तेत सूट मर्यादा

विशेष दर्जा : प्रत्येक आंब्याच्या वजनास ५ टक्के
वर्ग १ : नंबर व वजन यावर १० टक्के
वर्ग २ : वजनावर १० टक्के

आकारामध्ये सूट मर्यादा

सर्व वर्गांच्या आंब्यांकरिता १० टक्के सवलत, आंब्यांचे वजन कमीत कमी १८० ग्रॅम व जास्तीत जास्त ९२५ ग्रॅम असणे आवश्यक.

आवेष्टन

- आंब्याच्या गुणवत्तेवर परिणाम होणार नाही अशा साधनसामग्रीमध्ये आवेष्टित करणे आवश्यक आहे.
- आवेष्टनाकरिता वापरण्यात येणारे साहित्य स्वच्छ, नवीन व गुणवत्तापूर्ण असावे, जेणेकरून फळास त्याची इजा होऊन नुकसान होणार नाही.
- आवेष्टनावर छापावयाच्या लेबलवरील शाई विषारी नसावी.
- कोरूगेटेड बॉक्सेसचा आकार ३० × ४० सेंमी असावा.
- प्रत्येक बॉक्समध्ये कमीत कमी आठ व जास्तीत जास्त २० फळे असावीत.
- आयातदारांच्या मागणीनुसार पॅकिंगचा दर्जा व फळे यांची संख्या ठरवावी.

निर्यातीकरिता काढणीपश्चात व्यवस्थापन

- काढणीसाठी १४ आणे (८५ टक्के) तयार आंबा निवडावा.
- फळांची काढणी सकाळी लवकर (११ वाजेपर्यंत) किंवा सायंकाळी (४ नंतर) कमी तापमानात करावी.
- काढणीनंतर फळ कमी तापमानात ठेवावे.
- काढणी देठासहित (३-५ सेंमी) करावी.
- काढणीनंतर कमीत कमी वेळेत (६ तास) पॅकिंगपूर्व हाताळणीसाठी आवेष्टनगृहात आंब्याची रवानगी करावी.
- आंब्यामध्ये एकूण विद्राव्य घटक ८ ते १० टक्के असला पाहिजे.
- फळांची वाहतूक केल्यास शक्यतो रात्री करावी.
- उन्हात वाहतूक केल्यास हापूस आंब्यामध्ये साक्याचे प्रमाण वाढण्याची शक्यता असते. शक्य असल्यास रिफर कंटेनरचा वापर करावा.
- काढणी व वाहतूक करताना फळाची कमीत कमी हाताळणी करावी. त्याकरिता प्लास्टिक क्रेटचा वापर करावा.
- काढलेल्या आंब्यांच्या ढिगारा न करता, आदळआपट न करता ते पेटीत भरावेत. कारण आदळआपट केल्यामुळे आंब्याच्या आतील भागाला इजा होऊन फळ पिकण्याऐवजी सडण्याची प्रक्रिया जास्त होते.
- प्री-कूलिंगला योग्य प्रकारे आणल्यानंतर बॉक्सेसची मांडणी ११० सेंमी × ८० सेंमी × १३ सेंमी लाकडी पॅलेटवर करून त्यात आवेष्टित करावे. कोल्ड स्टोरेजचे तापमान १२.५ अंश से. इतके ठेवावे.

अशा प्रकारे आंबे जहाजाद्वारे शीत कंटेनरमधून निर्यात करावेत.

सध्या कुडाळ, औरंगाबाद व जालना येथे निर्यातक्षम आंब्यांकरिता हॉट वॉटर ट्रीटमेंटची सुविधा उपलब्ध आहे. त्या सुविधेचा वापर करून परदेशात आंबा निर्यात करता येऊ शकतो.

आंबा निर्यातीकरिता फायटोसॅनिटरी प्रमाणपत्र (कीड व रोगमुक्त प्रमाणपत्र) घेऊनच निर्यात करता येते. सदरचे प्रमाणपत्र राज्य सरकारच्या पुणे, नाशिक, सांगली व सोलापूर येथील अधिकाऱ्यांमार्फत देण्यात येते, त्याचा फायदा निर्यातदारांनी अवश्य घ्यावा.

अधिक माहितीसाठी संबंधित व्यवस्थापन विभागाशी संपर्क साधावा.

निर्यातक्षम आंबा उत्पादन करण्यासाठी शेतकऱ्यांनी घ्यावयाची काळजी

- आंब्यावरील प्रमुख किडींचे व रोगांचे प्राथमिक अवस्थेत निवारण करावे, त्यामुळे फळांचा दर्जा खराब होत नाही. उर्वरित अंशही मर्यादेत ठेवता येतो.
- वजन, आकार व रंग यावरून फळांचा दर्जा

ठरवला जात असल्याने अशा दर्जाच्या फळांचे जास्तीत जास्त उत्पादन करण्यावर लक्ष केंद्रित करावे.

- विशेषतः फळमाशी, स्ट्रोन व्हिव्हील या किडींचा प्रादुर्भाव होऊ नये म्हणून विशेष काळजी घ्यावी, तसेच एकात्मिक कीड व्यवस्थापन पद्धतीचा अवलंब करावा.
- प्रामुख्याने हापूस आंब्यास साक्याचा प्रादुर्भाव होतो. मिठाच्या पाण्याच्या द्रावणात बुडवल्यास असा आंबा पाण्यावर तरंगतो. असा आंबा बाजूला काढावा.
- युरोपीय देशांना आंबा निर्यात करावयाचा झाल्यास उर्वरित अंश तपासून घेणे आवश्यक आहे. राज्य सरकारच्या कीडनाशक उर्वरित अंश प्रयोगशाळा, पुणे येथून १०० टक्के अनुदानावर फळांमधील उर्वरित अंश तपासून दिले जातात.
- निर्यातदाराला कोणत्या दर्जाचा माल लागतो, तेवढाच माल द्यावा. उर्वरित माल स्थानिक बाजारपेठेत अथवा प्रक्रियेसाठी प्रतवारी करूनच वापरावा. हाँगकाँग, चीन तसेच अमेरिका या नवीन बाजारपेठा खुल्या झालेल्या आहेत, परंतु त्यांना फळमाशी, स्टोन व्हिव्हील या किडींचा प्रादुर्भाव नसल्याचे फायटोसॅनिटरी प्रमाणपत्र द्यावे लागते.

'मँगोनेट' आंबा निर्यातीकरिता अनुसरावयाची कार्यपद्धती

युरोपीय व इतर देशांना आंबा निर्यातीकरिता फळमाशी व कोय पोखरणारी अळी (स्टोन विविल)मुक्तची हमी देण्याकरिता अपेडाच्या सहकार्याने 'मँगोनेट' ही ऑनलाईन कार्यप्रणाली विकसित करण्यात आली आहे. तिचे उद्देश पुढीलप्रमाणे आहेत :

- प्रत्येक देशाचे स्वतःचे सर्वसाधारण स्वच्छतेविषयक तसेच पीकविषयक स्वच्छतेचे निकष आहेत.
- जागतिक व्यापार संघटनेच्या प्रत्येक सभासद निर्यातदार देशांना सर्वसाधारण स्वच्छतेविषयक व पीक स्वच्छतेविषयक नियम पाळणे बंधनकारक आहे.
- मँगोनेट प्रणालीमध्ये आंब्याचा संपूर्ण पूर्व इतिहास (ट्रेसेबिलीटी) (उत्पादन ते अंतिम ग्राहकापर्यंत) उपलब्ध असल्याची आयात-देशांना खातरी देणे आवश्यक आहे.
- मँगोनेटमध्ये उत्पादनपूर्व साखळीचे टप्पे जोडण्याची पूर्तता करणे म्हणजे बागनोंदणी, शेतकरी प्रशिक्षण, बागांची तपासणी, पीक संरक्षण इत्यादींचे रेकॉर्ड ठेवणे आवश्यक आहे. त्यामुळे आयातदार देशांच्या गरजांची / मागणीची पूर्तता होण्यास मदत होते.

मँगोनेटची उद्दिष्टे

१. बागेच्या स्तरावर / शेत स्तरावर निर्यातक्षम आंब्यावरील कीडनाशकांच्या उर्वरित अंश नियंत्रणविषयक यंत्रणा उभारणे

२. आंबा बागेतील जमिनीमधील तसेच पाण्यातील कीडनाशकांचा उर्वरित अंश नियंत्रण करणे

३. कीड व रोग व्यवस्थापनासाठी सर्वेक्षण यंत्रणा उभारणे

४. क्वारंटाईन कीड व रोग आढळल्यानंतर त्यावर उपाययोजना करण्यासाठी यंत्रणा उभारणे

५. कीडनाशक उर्वरित अंश प्रकरणी धोक्याची सूचना प्राप्त झाल्यानंतर त्यावर उपाययोजना करण्यासाठी यंत्रणा उभारणे

६. भारतातून युरोपीय युनियन व इतर देशांना निर्यात होणारा आंबा हा कीड व रोगमुक्त असल्याची हमी देणे

मँगोनेट या ऑनलाईन कार्यप्रणालीची प्रभावीपणे अंमलबजावणी करण्याकरिता पुढील

भागीदार संस्थांचा सहभाग आहे :

१. अपेडा (कृषी व प्रक्रिया पदार्थ निर्यात विकास संस्था)
२. राष्ट्रीय पीक संरक्षण संस्था (एनपीपीओ)
३. फलोत्पादन विभाग - राज्य सरकार
४. कृषी विद्यापीठे
५. निर्यातदार
६. आंबा बागायतदार
७. अधिकृत पॅक हाउस
८. प्रक्रियादार

भागीदार संस्थांचे कर्तव्य व जबाबदाऱ्या

१. अपेडा (कृषी व प्रक्रिया पदार्थ निर्यात विकास संस्था)

१. आंबा निर्यात करू इच्छिणाऱ्या शेतकऱ्यांच्या बागांची नोंदणी करण्याकरिता यंत्रणा निर्माण करणे
२. नोंदणी केलेल्या शेतकऱ्यांकडील निर्यात झालेल्या बागांची माहिती ठेवणे
३. बागांच्या नोंदणीसाठी राज्य सरकारशी समन्वय ठेवणे
४. उत्पादनपूर्व प्रक्रियांची साखळी सशक्तीकरण करण्यासाठी निर्यातदार, शेतकरी आणि इतर सहभागी भागीदार संस्थांची क्षमता विकसित करणे
६. नोंदणी केलेल्या बागांचे / शेतकऱ्यांचे रेकॉर्ड तपासणे

२. राष्ट्रीय पीक संरक्षण संस्था (एनपीपीओ)

१. नोंदणीकृत शेतकरी / बागा यांचे रेकॉर्ड वेळोवेळी तपासणीसाठी अपेडा व राज्य सरकार यांच्याशी सहकार्य ठेवणे
२. नोंदणीकृत शेतांमधून / शेतकऱ्यांकडून माल घेऊन अधिकृत पॅक हाउसमध्येच फळे हाताळली जात असल्याची खातरी करून देणे
३. क्षेत्रीय स्तरावर युरोपीय युनियनसाठी महत्त्वाच्या असलेल्या किडी व त्यांचे एकात्मिक व्यवस्थापन याबाबत राज्य सरकारला मार्गदर्शन करणे / सल्ला देणे
४. युरोपीय युनियनकडून किडींचा आढळ झाल्याबद्दल प्राप्त होणारा अपूर्तता अहवाल सर्व संबंधितांपर्यंत पुढील योग्य कार्यवाही करण्यासाठी पोहोचवणे
५. युरोपीय युनियनला आंबा निर्यात करताना आवश्यक असलेल्या उष्ण बाष्प प्रक्रिया इत्यादी प्रक्रियांना मान्यता देणे / मान्यतेचे नूतनीकरण करणे
६. प्रक्रियासंबंधीचे निकष ठरवणे

३. फलोत्पादन विभाग – राज्य सरकार

१. आंबा निर्यातदारांच्या / शेतकऱ्यांच्या विनंतीनुसार युरोपीय युनियनला ताजी आंबा फळे निर्यात करू इच्छिणाऱ्या शेतकऱ्यांच्या बागांची नोंदणी करणे
२. आंबा बागांची नोंदणी एक हंगाम / एक वर्ष कालावधीसाठी करणे
३. नोंदणी केलेल्या शेतांमध्ये कीड व रोग यांचा प्रादुर्भाव-स्थिती नियंत्रणात असल्याबाबत व शेत स्तरावर कीडनाशक वापराचे रेकॉर्ड ठेवण्याबाबत नियमितपणे सनियंत्रण करणे
४. संबंधित नोंदणीकृत बागेमधील कीड व रोग यांच्या नियंत्रणासाठी सुयोग्य सल्ला देणे
५. पीक लागवडीपासून काढणीपर्यंत पीक व्यवस्थापन पद्धतींचे रेकॉर्ड शेत स्तरावर ठेवले असल्याबाबत सनियंत्रण करणे
६. कीड व रोगमुक्त फळ उत्पादनासाठी शेतकऱ्यांचे प्रशिक्षण आयोजित करणे
७. एकात्मिक कीड व्यवस्थापन / उत्तम शेतीच्या पद्धतीअंतर्गत निविष्ठा, उदाहरणार्थ, सापळे, जैविक कीडनाशके, शेतकऱ्यांना उपलब्ध होत असल्याची खातरी करणे

४. कृषी विद्यापीठे

१. शेतकरी आणि निर्यातदार यांच्या क्षमतावाढ कार्यक्रमामध्ये राज्य सरकारला मदत करणे
२. उत्पादन तंत्रज्ञान आणि एकात्मिक कीड व्यवस्थापन याबाबत सल्ला देणे
३. शेतकरी आणि विस्तार अधिकारी यांच्यासाठी स्थानिक भाषेत तांत्रिक प्रशिक्षण साहित्य तयार करणे
४. कीड आणि रोगमुक्त फळांच्या उत्पादनासाठी शेतकऱ्यांना प्रशिक्षण देण्याच्या कार्यक्रमात मदत करणे
५. दर्जेदार उत्पादनासंबंधी क्षेत्रीय स्तरावरून प्राप्त होणाऱ्या प्रतिक्रियांवर कार्यवाही करणे

५. निर्यातदार

१. निर्यातक्षम आंबा उत्पादन घेणाऱ्या शेतकऱ्यांच्या बागा नोंदणीसाठी फलोत्पादन विभागास विनंती करणे
२. आंबा बागायतदार, त्यांची नोंदणी करणे, त्यांचे क्षेत्र व पत्ता आणि संबंधित हंगामात त्यांचे अपेक्षित उत्पादन याबाबत फलोत्पादन विभागास माहिती पुरवणे
३. निर्यातीसाठी नोंदणी केलेल्या शेतकऱ्यांकडून माल घेणे
४. निर्यातीसाठी कीड-रोगमुक्त मालासाठी नोंदणीकृत शेतकऱ्यांना तांत्रिक साहाय्य पुरवणे
५. प्रत्येक निर्यातीच्या वेळी शेताचा नोंदणी क्रमांक पॅक हाउसला पुरवणे
६. निर्यात करावयाच्या कृषिमालाची— त्यामध्ये अनोंदणीकृत मालाची भेसळ न करता पॅक हाउसपर्यंत पोहोचवण्यासाठी— सुरक्षित वाहतुकीची हमी देणे

६. आंबा बागायतदार

१. निर्यातक्षम आंबा बागांची नोंदणी करण्यासाठी फलोत्पादन विभागास विनंती करणे
२. दर पंधरवड्यास नोंदणीकृत शेतावर कीड व रोग स्थिती नियंत्रित ठेवणे तसेच लागवडीपासून काढणीपर्यंत कीड-रोग नियंत्रण करण्यासाठी केलेल्या पीक संरक्षण उपाययोजनेची नोंद ठेवणे
३. नोंदणीकृत शेतावर लागवडीपासून काढणीपर्यंत केलेल्या व्यवस्थापनविषयक उपाययोजनांची नोंद ठेवणे
४. कृषी विद्यापीठ, फलोत्पादन, निर्यातदार यांनी दिलेल्या कीड-रोग व्यवस्थापन पद्धती, कीडनाशकांचा उर्वरित अंशासंबंधीचा प्रतिक्षाधीन कालावधी याबाबत दिलेल्या मार्गदर्शनाचा अवलंब करणे

७. अधिकृत पॅक हाउस

१. फक्त नोंदणीकृत शेतावरील माल स्वीकारावा.
२. प्रत्येक निर्यातीच्या वेळी स्वीकृत माल, शेतकऱ्याचे नाव, नोंदणीक्रमांक याबाबत नोंद ठेवावी.

८. उपचार प्रदाता

१. प्रक्रिया सुविधेच्या मान्यतेसाठी किंवा मान्यतेच्या नूतनीकरणासाठी राष्ट्रीय पीक संरक्षण संस्थेकडे अर्ज करणे
२. नोंदणीकृत शेतावरील प्राप्त मालावरच प्रक्रिया करणे
३. राष्ट्रीय पीक संरक्षण संस्थेने अधिकृत केलेल्या पद्धतीनुसार प्रक्रिया करणे
४. प्रत्येक प्रक्रियासंबंधीची माहिती, प्रक्रिया कालावधीतील तापमान, निर्यातदाराचे नाव, प्रक्रिया केलेल्या कृषिमालाचे वजन इत्यादींबाबत नोंद ठेवणे
५. निर्यातदारास प्रक्रिया प्रमाणपत्र देणे

आंब्यामधील फळमाशी नियंत्रणाकरिता करावयाच्या उपाययोजना

- फळमाशी नियंत्रणाबाबतीत शेतकऱ्यांमध्ये जागरूकता निर्माण करणे
- आंबा बागांमध्ये स्वच्छता मोहीम राबवणे
- एकात्मिक कीड नियंत्रण प्रकल्प राबवणे, याकरिता प्रशिक्षण, प्रात्यक्षिक व शेतीशाळा इत्यादी विस्तार कार्यक्रम मोठ्या प्रमाणात राबवणे
- कापूस, सोयाबीन, भात व डाळिंब या पिकांच्या धर्तीवर HORTSAP हा फळमाशी कीड सर्वेक्षण कार्यक्रम राबवणे
- कोकणातील हापूस आंबा काढणी हंगाम लक्षात घेऊन कोकण भाग हा फ्रूट फ्लाय एस्केपिंग रिजन म्हणून जाहीर करण्याकरिता संशोधन प्रकल्प हाती घेणे
- फळमाशी नियंत्रणाकरिता एकात्मिक नियंत्रण पद्धती विकसित करून शिफारस करणे
- द्राक्ष व डाळिंब पिकाच्या धर्तीवर मँगोनेट विकसित करणे तसेच आंबा मोहराच्या हंगामापासून निर्यातक्षम बागांमध्ये प्लँट क्वारंटाईन इनस्पेक्शन यंत्रणा राबवणे
- पणन मंडळाच्या जामसंडे, रत्नागिरी, जालना व लातूर येथील निर्यात सुविधा केंद्रावर हॉट वॉटर ट्रिटमेंट सुविधा निर्माण करणे
- हॉट वॉटर ट्रिटमेंटकरिता हापूस व केशर या जातींच्या आंब्याच्या संवेदन क्षमतेचा अभ्यास करणे
- निर्यातदारांना आंबा निर्यात करण्यासाठी करार शेती करण्यासाठी उद्युक्त करणे

आंबा उत्पादक व निर्यातदार यांनी अवलंब करावयाची कार्यपद्धती

१. आंबा निर्यातदार / उत्पादक आपल्या निर्यातक्षम बागेच्या नोंदणीसाठी विहित प्रपत्रात (प्रपत्र अ) फलोत्पादन विभागास विनंती करेल.

२. फलोत्पादन विभाग नोंदणीकृत अर्जामधील माहितीची सत्यता पडताळणी करेल.

३. फलोत्पादन विभाग नोंदणी केलेल्या आंबा बागांचे नोंदणी प्रमाणपत्र विहित प्रपत्रात (प्रपत्र ब) अर्जदार शेतकरी / निर्यातदार यांना पाठवेल.

४. नोंदणीकृत आंबा बागांची यादी फलोत्पादन विभागास, कृषी व प्रक्रिया पदार्थ निर्यात विकास संस्था यांना राष्ट्रीय स्तरावर नोंद घेण्यासाठी सादर करेल.

५. नोंदणी केलेल्या शेतकऱ्यांसाठी कीड-रोगमुक्त आंबा उत्पादनासाठी फलोत्पादन विभाग प्रशिक्षण आयोजित करेल.

६. फलोत्पादन विभाग दर पंधरवड्यास नोंदणीकृत आंबा बागांमधील कीड व रोग यांची स्थिती योग्य असल्याची खातरी करेल, तसेच लागवडीपासून काढणीपर्यंत नोंदणीकृत शेतावर अवलंब केलेल्या पीक संरक्षण उपाययोजनांची नोंद (प्रपत्र क) ठेवल्याची खातरी करेल.

७. निर्यातदार फक्त नोंदणी केलेल्या बागांमधून आंबा फळे स्वीकारेल. या फळांची शेतावरून पॅक हाउसपर्यंत, कोणत्याही अनोंदणीकृत शेतावरील फळांची भेसळ होऊ न देता, सुरक्षित वाहतूक करेल. शेताचा नोंदणी क्रमांक व फळांचा लॉट क्रमांक ही माहिती निर्यातदार पॅक हाउसला पुरवेल.

८. नोंदणीकृत बागेमधून उत्पादन स्वीकारल्यानंतर पॅक हाउसधारक प्रत्येक वेळी स्वीकृत मालाचे वजन, शेतकऱ्याचे नाव आणि नोंदणी क्रमांक याबाबतची नोंद ठेवेल.

९. ज्या निर्यातक्षम मालाला विशेष प्रक्रियेची आवश्यकता आहे, आणि अशी प्रक्रिया

संबंधित पॅक हाउसवर उपलब्ध नसल्यास अशा मालाच्या सुरक्षित व सचोटीयुक्त वाहतुकीची जबाबदारी संबंधित निर्यातदारांची राहील.

१०. राष्ट्रीय पीक संरक्षण संस्था नोंदणीकृत माल प्राप्त झाल्याची सत्यता पडताळणी करेल. त्यानंतर त्या मालावर पुढील प्रक्रिया करण्यासाठी आणि फायटोसॅनिटरी प्रमाणपत्र देण्याची अनुमती देईल.

आंबा निर्यातीत राज्य सरकारचा पुढाकार

१. पुणे येथे राज्य स्तरीय स्वतंत्र कृषी निर्यात कक्षाची स्थापना करण्यात आली आहे.

२. जिल्हा स्तरावर जिल्हा अधीक्षक कृषी अधिकारी कार्यालयातील कृषी उपसंचालक व तालुका स्तरावर तालुका कृषी अधिकारी यांची समन्वय अधिकारी म्हणून नियुक्ती केली आहे.

३. राज्यातील सर्व जिल्ह्यांचा समावेश मँगोनेट प्रणाली राबवण्यासाठी करण्यात आला आहे.

४. संबंधित जिल्ह्याचे जिल्हा अधीक्षक कृषी अधिकारी यांना नोंदणी अधिकारी म्हणून अधिकार देण्यात आले आहेत.

५. संबंधित जिल्ह्यातील मंडल कृषी अधिकारी यांची तपासणी अधिकारी म्हणून नियुक्ती करण्यात आली असून बागांची नोंदणी, तपासणी, शेतकऱ्यांना कीड व रोग नियंत्रणाबाबत मार्गदर्शन आणि शेतकऱ्यांनी ठेवावयाचे रेकॉर्ड याबाबत मार्गदर्शन करणे ही कामे त्यांच्यामार्फत केली जातात.

६. राज्य स्तरावरून नोंदणीकृत आंबा बागायतदार आणि क्षेत्रीय अधिकारी यांना एसएमएस सेवेद्वारे माहिती दिली जाते.

२०१७-१८मध्ये आंबा बागांच्या नोंदणीसाठी विशेष मोहीम हाती घेण्यात आली. या ऑनलाईन मँगोनेट प्रणालीमध्ये ५,७६७ आंबा बागांची नोंदणी झाली आहे. मँगोनेट प्रणालीअंतर्गत जिल्हानिहाय नोंदणीकृत बागांची संख्या पुढीलप्रमाणे :

क्र.	जिल्हा	मँगोनेट
१.	ठाणे	२१
२.	पालघर	११४
३.	रायगड	४४१
४.	रत्नागिरी	४,००१
५.	सिंधुदुर्ग	१,६८४
६.	नाशिक	१०६
७.	पुणे	१५२
८.	अहमदनगर	६६
९.	सोलापूर	९३
१०.	सातारा	४
११.	सांगली	६०
१२.	कोल्हापूर	२९
१३.	औरंगाबाद	२५
१४.	बीड	२
१५.	जालना	७
१६.	लातूर	१७
१७.	नांदेड	११
१८.	उस्मानाबाद	४९
१९.	बुलढाणा	१२
	एकूण	७,४४४

२०१८-१९ या वर्षाकरिता आंबा निर्यातीसाठी मँगोनेट प्रणालीद्वारे निर्यातक्षम आंबा बागांची नोंदणी / नूतनीकरण करण्याची कार्यवाही जानेवारी २०१९ पासून सुरू करण्यात येत आहे. ज्या शेतकऱ्यांना त्यांच्या आंबा बागांची निर्यातीसाठी नोंदणी

करावयाची आहे, तसेच ज्या शेतकऱ्यांनी मागील वर्षी आंबा बागांची नोंदणी केली आहे, त्यांनी विहित प्रपत्रात अर्ज– संबंधित मँगोनेटअंतर्गत निर्यातक्षम आंबा बागांची नोंदणी करण्यासाठी ऑनलाईन अर्ज– करण्याची सुविधा उपलब्ध करून देण्यात आली आहे.

२०१७-१८मध्ये निर्यातक्षम फळे व भाजीपाला उत्पादन घेणाऱ्या शेतकऱ्यांना त्यांच्या मोबाईलवरून नोंदणीसाठी थेट अर्ज करता यावा यासाठी अपेडाने 'अपेडा फार्मर कनेक्ट' हे मोबाईल ॲप विकसित केलेले आहे. आधार क्रमांक, मोबाईल क्रमांक व ई-मेल पत्त्याच्या साहाय्याने शेतकऱ्यांनी एक वेळ या ॲपवर नोंदणी केल्यास हॉर्टिनेट ट्रेसेबिलिटी सिस्टिममधील द्राक्ष, डाळिंब, आंबा ही फळांच्या; तसेच भेंडी, कारली, मिरची, वांगी, दुधीभोपळा, शेवगा, गवार इत्यादी भाजीपाला पिकांच्या निर्यातक्षम शेतांची नोंदणी करता येते. त्यासाठी सदर मोबाईल ॲप अपेडाच्या वेबसाईटवरून किंवा गुगल Play Storeमधून उत्पादकांनी आपल्या मोबाईलवर डाऊनलोड करून घ्यावे. सदर मोबाईल ॲपवरून नोंदणीसाठी अर्ज केल्यास संबंधित शेतकऱ्यांना / अर्जदारांना त्यांच्या अर्जाची सद्य:स्थिती कळू शकेल. राज्यातील अधिकाधिक शेतकऱ्यांनी या सेवेचा लाभ घ्यावा, यासाठी आपल्या स्तरावरून प्रयत्न करावेत. त्यामुळे कार्यालयीन स्तरावर अर्ज ऑनलाईन करण्यासाठी लागणारा वेळ वाचेल; तसेच वेळेत नोंदणीची कार्यवाही करता येईल. अधिक माहितीसाठी www.apeda.com व www.aaplesarkar.gov.in या संकेतस्थळांचा वापर करावा.

❑

कांदा

सध्या कांद्याची निर्यात ही प्रामुख्याने व्यापाऱ्यांमार्फत केली जाते. उत्पादक शेतकऱ्यांनी द्राक्षांप्रमाणेच कांद्याच्याही निर्यातीमध्ये उतरणे आवश्यक आहे. त्याकरिता निर्यातक्षम कांद्याची गुणवत्ता प्रमाणके, ॲगमार्क प्रमाणीकरण आणि इतर बाबींची अद्ययावत माहिती कांदा उत्पादक शेतकऱ्यांना असणे आवश्यक झाले आहे.

भारतात कांदा उत्पादनात महाराष्ट्र आघाडीवर आहे. भारतातून कांदा निर्यात ही मुख्यत: मलेशिया, सिंगापूर, श्रीलंका, बांगला देश, मॉरिशस, संयुक्त अरब अमिराती आदी देशांत होते. कांदा निर्यातीवरील निर्बंध उठवल्यामुळे जास्तीत जास्त कांदा निर्यात होणे शक्य झाले आहे. याशिवाय नवीन बाजारपेठ काबीज करण्यासाठी मुख्यत: युरोपीय देशांचा निर्यातीकडे कल वाढत आहे. या देशांमध्ये कांद्याची मागणी फेब्रुवारी ते मे महिन्यांपर्यंत जास्त असते. कारण तेथील थंड हवामानामुळे व बर्फामुळे कांद्याचे उत्पादन अतिशय कमी होते.

सध्या कांद्याची निर्यात प्रामुख्याने व्यापाऱ्यांमार्फत केली जाते. उत्पादक शेतकऱ्यांना द्राक्षांप्रमाणेच कांद्यामध्येही निर्यातीच्या संधी उपलब्ध आहेत. कांद्याच्या निर्यातीकरिता गुणवत्ता प्रमाणके व ॲगमार्क प्रमाणीकरण आणि इतर बाबींबाबत अद्ययावत माहिती कांदा उत्पादक शेतकऱ्यांना असणे आवश्यक आहे. युरोपीय देशांना फळे व भाजीपाला निर्यातीसाठी पब्लिक नोटीस क्र. २८ (आरई-२००२) २००-२००७ ता. २ ऑगस्ट २००२ अन्वये डायरेक्टोरेट जनरल ऑफ फॉरिन ट्रेड, वाणिज्य मंत्रालय, नवी दिल्ली यांनी ॲगमार्क प्रमाणपत्र घेऊनच निर्याण करणे बंधनकारक केले आहे.

अपेडा संस्थेने ट्रेड नोटीस क्र. अपेडा / कांदा / सीएजी / २००६-०७, ता. ३० मार्च २००६ अन्वये युरोपीय देशांना कांदा निर्यातीसाठी ॲगमार्क प्रमाणपत्र देण्याची पद्धत तयार केली आहे. त्याचे उद्देश पुढीलप्रमाणे आहेत :

१. निर्यातक्षम कांद्यामधील कीडनाशक उर्वरित अंश (MRLS) अधिकता मर्यादा तपासणे
२. कांद्याची गुणवत्ता राखणे व प्रतवारीनुसार ग्रेड देणे, युरोपीय देशांना कांदा निर्यातीकरिता प्रतवारी आणि विपणन नियम, २००४ नुसार ॲगमार्क प्रमाणपत्र दिले जाते. त्यापूर्वी संबंधित कांदा निर्यातदारांना विपणन व तपासणी संचालनालय यांच्याकडून प्रमाणपत्र आवश्यक आहे. आवेष्टन व प्रतवारी अधिनियम, १९७३ नुसार कांद्याच्या प्रतवारीकरिता तपासणी व विपणन संचालनालय, भारत सरकारतर्फे पुढीलप्रमाणे दर्जा देण्यासाठी गुणवत्ता प्रमाणके निर्धारित केलेली आहेत.

सर्वसाधारण गुणवत्ता

- पूर्ण वाढ झालेला
- खाण्यास योग्य
- स्वच्छ व कोरडा
- किडींचा व रोगांचा प्रादुर्भावमुक्त
- ओलसरपणा / आर्द्रतामुक्त
- सडका नसलेला किंवा चवीला योग्य असलेला
- कांद्याचा देठ सहा सेंमीपेक्षा जास्त नसावा
- कोडेक्स एलिमेंटारियस कमिशनने निर्धारित केलेल्या कीडनाशक उर्वरित अंश व हेवी मेटल्सचे (जड धातू) प्रमाण क्षम्य मर्यादेच्या आत असणे आवश्यक

कीडनाशक उर्वरित अंश तपासणी

गट	व्यास (मिमी)	एका पॅकिंगमध्ये लहान व मोठ्या कांद्याच्या व्यासातील फरक (मिमी)
अ	१०-२०	५
ब	२१-४४	१५
क	४१-७०	२०
ड	७१ आणि वर	३०

कांद्याचा व्यास कमीत कमी १० मिमी असला पाहिजे.

क्र.	हेवी मेटल्स	कोडेक्सने निर्धारित केलेले एमआरएल मिलिग्रॅम / किलो
१	कॅडमिअम	०.२०
२	लेड	०.१०
३	अर्सेनिक	०.१०

युरोपीय देशांना कांदा निर्यातीकरिता उर्वरित अंश व हेवी मेटल्स तपासणी आवश्यक आहे. त्याकरिता MRLS निर्धारित केलेले आहेत. एकूण ५९ कीडनाशकांच्या उर्वरित अंश मर्यादा MRLS निर्धारित करण्यात आलेल्या आहेत. तसेच हेवी मेटल्स MRLS निर्धारित केलेले आहेत. कीडनाशक उर्वरित अंश तपासणी करण्याकरिता अपेडा यांनी पाच प्रयोगशाळांना नियुक्त केले आहे. त्यामध्ये राज्य सरकारची कीडनाशक उर्वरित अंश तपासणी प्रयोगशाळा, कृषी भवन, शिवाजीनगर, पुणे या प्रयोगशाळांचा समावेश आहे.

निर्यातक्षम कांदा उत्पादन करण्यासाठी घ्यावयाची काळजी

१. कांद्यावरील प्रमुख किडींचे व रोगांचे प्राथमिक अवस्थेत नियंत्रण करावे. त्यामुळे कांद्याचा दर्जा खराब होत नाही. तसेच उर्वरित अंशाचे प्रमाणे मर्यादित ठेवता येते.

२. कांद्याचा दर्जा वजन, आकार, रंग, चव, कीड व रोगमुक्त उर्वरित अंशाचे प्रमाण यावर ठरवला जात असल्याने अशा निर्धारित दर्जाच्या कांद्यांचे जास्तीत जास्त उत्पादन करण्यावर लक्ष केंद्रित करावे.

३. कांद्यावर विशेषतः मर रोग, करपा रोग, कांदा सडणे या रोगांचा तसेच फूलकिडे, कांद्यावरील माशी, तांबडे कोळी या किडींच्या प्रादुर्भावामुळे गुणवत्तेवर परिणाम होतो. म्हणून एकत्रित कीड व्यवस्थापन पद्धतीचा वापर करावा.

४. कांद्यावरील किडींचे व रोगांचे प्रभावीपणे व प्राथमिक अवस्थेत नियंत्रण करण्याकरिता राष्ट्रीय कांदा व लसूण संशोधन केंद्र, राजगुरूनगर यांनी शिफारस केलेल्या कीडनाशकांचा वापर करावा.

५. कांद्याची काढणी, वाहतूक, हाताळणी, साठवणूक चांगल्या प्रकारे करणे व प्रतवारी करूनच मालाची विक्री करावी.

६. कीडनाशक उर्वरित अंश तपासणी अपेडा यांनी प्राधिकृत केलेल्या प्रयोगशाळेतूनच करून घ्यावी. आंतरराष्ट्रीय पीक संरक्षण करार, १९५१नुसार कांद्याच्या निर्यातीकरिता कायदेशीर प्रमाणपत्र घेऊनच निर्यात करणे बंधनकारक करण्यात आलेले आहे.

ज्या ठिकाणाहून कांद्याची पॅकिंग, ग्रेडिंग व स्टफिंग होणार आहे, त्या ठिकाणाहूनच संबंधित ऑथॉरिटीकडून पीएससी प्रमाणपत्र घेऊनच निर्यात करावी. पुणे, नाशिक, सांगली व सोलापूर येथून कांदा निर्यातीकरिता राज्य सरकारच्या अधिकाऱ्यांमार्फत फायटोसॅनिटरी प्रमाणपत्र दिले जाते.

गुणवत्तेत सूट मर्यादा

दर्जा	सवलत
विशेष दर्जा	वर्ग-१ दर्जाचा.मात्र, संख्या व वजन यात ५ टक्के सवलत
वर्ग-१	वर्ग-२ दर्जाचा. मात्र, संख्या व वजन यात १० टक्के सवलत
वर्ग-२	सर्वसाधारण गुणवत्तेचा. मात्र, संख्या व वजन यात १० टक्के सवलत

कांदा निर्यात करताना घ्यावयाची काळजी

१. कांदा ज्या देशात निर्यात करावयाचा आहे, त्या देशातील आयातदारांची गुणवत्ताविषयक माहिती घ्यावी.
२. क्वारंटाईनविषयक किडींच्या व रोगांच्या प्रादुर्भावाबाबत अतिरिक्त हमीची मागणी असल्यास त्वरित संबंधित पीएससी ॲथॉरिटींना कळवावे.
३. युरोपीय देशांना कांदा निर्यातीकरिता ॲगमार्क विभागाकडून प्रत्येक निर्यातदाराने रजिस्ट्रेशन करून सीए (सर्टिफिकेट ऑफ ॲक्रिडिशन) करून घेणे आवश्यक आहे.
४. युरोपीय देशांना कांदा निर्यातीकरिता पॅकिंग व ग्रेडिंग युनिट योग्य असल्याबाबत अपेडाचे किंवा डीएमआयचे प्रमाणपत्र आवश्यक आहे.
५. एकाच जातीचा व चांगल्या दर्जाचा कांदा निर्यात करण्याकरिता लागवडीपासून काढणीपर्यंत योग्य नियोजन करून निर्यात करणे आवश्यक आहे.

दर्जाचे निकष

विशेष दर्जा

१. कांदा चांगल्या दर्जाचा असला पाहिजे.
२. जातीनुसार त्याचे गुणधर्म असले पाहिजेत.
३. योग्य प्रकारे स्वच्छ केलेला असला पाहिजे.
४. गुणवत्तेबाबत कोणतीही तडजोड नसावी.

वर्ग-१

१. कांदा चांगल्या दर्जाचा असला पाहिजे.
२. जातीनुसार त्याचे गुणधर्म असले पाहिजेत.
३. योग्य प्रकारे स्वच्छ केलेला असला पाहिजे.
४. सर्वसाधारण गुणवत्तेवर परिणाम होत नसेल, तर आकार व रंग यामध्ये सवलत आहे.

वर्ग-२

१. कांदा जरी विशेष वर्ग किंवा वर्ग-१ दर्जाचा नसला, तरी कमीत कमी गुणवत्तेची पूर्तता होणारा असला पाहिजे.
२. आकार, वजन, रंग व शूट ग्रोथ यांमध्ये सवलत आहे.

❑

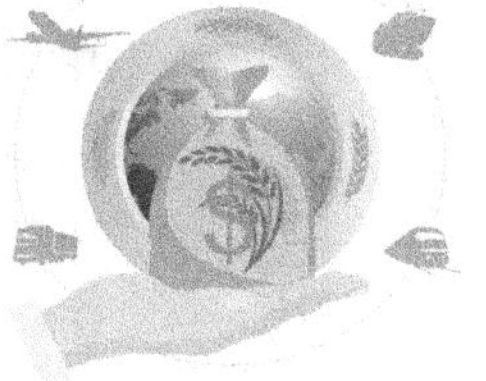

केळी

जगामध्ये केळी उत्पादनामध्ये भारत, ब्राझील, इंडोनेशिया, फिलिपीन्स, चीन व ऑस्ट्रेलिया हे देश अग्रेसर आहेत. केळी लागवड व उत्पादन यामध्ये भारताचा जगात प्रथम क्रमांक लागतो. भारतात महाराष्ट्र हे प्रथम क्रमांकाचे केळी उत्पादक राज्य असून, केळी हे महाराष्ट्राचे एक महत्त्वाचे नगदी फळपीक आहे.

महाराष्ट्रात प्रामुख्याने केळीची लागवड ही जळगाव, धुळे, नंदुरबार, नांदेड, परभणी, हिंगोली, बुलढाणा व वर्धा या जिल्ह्यांत केली जाते. इतर जिल्ह्यांतही उतीसंवर्धनाद्वारे तयार केलेल्या रोपांची लागवड करण्यात येत आहे.

केळ्यांची सर्वसाधारण गुणवत्ता

- घड व घडातील सर्व फण्या चांगल्या आकाराच्या असाव्यात, वेड्यावाकड्या नसाव्यात.
- किडींच्या प्रादुर्भावामुळे केळी खराब झालेली नसावीत.
- फळांवर कोणतेही डाग, रोग नसावा.
- फळास खरचटल्याच्या खुणा व तडे नसावेत.
- कमी तापमानामुळे खराब झालेली नसावी.
- फण्यांतील केळी शक्यतो सरळ, सारख्या आकाराची असावीत.
- कोडेक्स एलिमेंटोरियम कमिशन यांनी केळी निर्यातीकरिता कीडनाशक उर्वरित अंश व जड धातू यांचे प्रमाण क्षम्य मर्यादेच्या आत असणे आवश्यक असल्याचे स्पष्ट केले आहे.
- फण्या आणि त्यातील केळी उत्तम, आकर्षक व तजेलदार असावीत.

केळीच्या गुणवत्तेनुसार विशेष दर्जा, वर्ग-१ व वर्ग-२ यानुसार प्रतवारी करून दर्जा दिला जातो. त्याचा तपशील पुढीलप्रमाणे आहे :

दर्जाचे निकष

विशेष दर्जा

१. केळी उत्कृष्ट दर्जाची असली पाहिजेत.
२. जातीनुसार त्याचे गुणधर्म असले पाहिजेत.
३. फणीतील प्रत्येक केळीत दोष नसला पाहिजे.

वर्ग-१

१. केळी चांगल्या दर्जाची असली पाहिजेत.
२. जातीनुसार त्याचे गुणधर्म असले पाहिजेत.
३. योग्य प्रकारे स्वच्छ केलेली असली पाहिजेत.
४. सर्वसाधारणपणे फळाच्या गुणवत्तेवर परिणाम होत नसेल, तर आकार व रंग यामध्ये सवलत आहे.

वर्ग-२

१. केळी जरी विशेष वर्ग किंवा वर्ग-१ दर्जाची नसली, तरी कमीत कमी सर्वसाधारण गुणवत्तेची असली पाहिजेत.
२. फळांचा आकार, रंग फळाची साल यामध्ये

सवलत. परंतु फळाचे सर्वसाधारण गुणधर्म व गुणवत्ता यावर परिणाम होता कामा नये.

गुणवत्तेत सूट मर्यादा

दर्जा	सवलत
विशेष दर्जा	वर्ग-१ दर्जाची. मात्र, संख्या व वजन यात ५ टक्के सवलत
वर्ग-१	वर्ग-२ दर्जाची. मात्र, संख्या व वजन यात १० टक्के सवलत
वर्ग-२	सर्वसाधारण गुणवत्तेची. मात्र, संख्या व वजन यात १० टक्के सवलत

इतर बाबी

१. जातीच्या गुणधर्मानुसार पक्वतेची योग्य अवस्था असावी.
२. वाहतूक व हाताळणीकरिता योग्य असावीत.
३. प्रत्येक फण्यामध्ये कमीत कमी चार केळी असणे आवश्यक आहे.
४. घडाचे व फणीचे देठ योग्य प्रकारे कापावे, जेणेकरून इतर फणीतील फळांचे नुकसान होणार नाही.

निर्यातीकरिता काढणीपश्चात सुविधा

केळी हे नाशवंत फळ असल्याने केळी निर्यातीसाठी पॅक हाउस, प्री-कुलिंग आणि कोल्ड स्टोरेज या सुविधा असणे अत्यंत आवश्यक आहेत. निर्यातीसाठी केळीच्या घडांची निवड करण्यापासून ते प्रत्यक्ष कंटेनरद्वारे वाहतूक होईपर्यंतचे नियोजन योग्य प्रकारे करणे आवश्यक आहे.

घडाची निवड

- घडाची योग्य पक्वतेस कापणी (७५ टक्के पक्वता)
- घडाची पॅकिंग शेडमध्ये रवानगी
- घडाचे वजन करणे
- फण्या वेगळ्या करणे
- फण्या वर्गवारी करणे
- फण्या पाण्यात धुणे
- फण्या बुरशीनाशकाच्या पाण्यात बुडवणे
- फण्या वाळवणे (हवेच्या झोताने)
- फण्या कोरूगेटेड बॉक्समध्ये भरणे व वजन करणे
- प्रशीतन (प्री-कुलिंग) करणे
- फण्या शीतगृहात साठवणे (१३० सेंग्रे ते १५० सेंग्रे)
- आर्द्रता (८०-९० टक्के)
- रेफ्रिजरेटेड कंटेनरमधून प्रत्यक्ष निर्यात करणे

आयातदार देशाच्या मागणीनुसार केळीच्या वेष्टनावर पुढील बाबी नमूद करणे आवश्यक :

- पिकाचे नाव
- जात
- मालाचा दर्जा (विशेष, वर्ग १, वर्ग २)
- आकार
- उगमस्थान
- वजन / नगांची संख्या
- वापराबाबत वैध मुदत
- पॅकिंगची तारीख

पॅकिंग करताना घ्यावयाची काळजी

१. मालाची गुणवत्ता टिकून राहील, अशा पद्धतीने पॅकिंग करावे.
२. पॅकिंग मटेरिअलच्या आतमध्ये मालाला आतून व बाहेरून इजा पोहोचणार नाही, याची दक्षता घ्यावी.
३. पॅकिंग लेबल लावताना वापरण्यात येणारी शाई विषारी नसावी.
४. कंटेनरद्वारे निर्यातीकरिता पॅकिंग करताना ते आंतरराष्ट्रीय पॅकेजिंग व ट्रान्सपोर्ट कोड निर्यात पद्धतीनुसार करावे.
५. प्रत्येक पॅकिंगमध्ये / लॉटमध्ये एका जातीचा व एका दर्जाचा माल असणे आवश्यक आहे.

६. आयातदाराच्या मागणीनुसार पॅकिंग करणे व त्यावर लेबल असणे आवश्यक आहे.

निर्यातदारांनी घ्यावयाची काळजी

१. प्राथमिक : आयातदाराकडून केळीचे वाण, गुणवत्ता, कीड व रोग, प्रतवारी, पॅकिंग, उर्वरित अंश तपासणी इत्यादी निकषांबाबत माहिती प्राप्त करून घ्यावी.

२. आयातदाराच्या मागणीनुसार निर्यातक्षम माल उत्पादन करणाऱ्याची निवड करून त्यांना केळीवरील कीड-रोगाचे नियंत्रण तसेच केळीच्या दर्जाबाबत मार्गदर्शन करणे व तसे रेकॉर्ड ठेवणे आवश्यक आहे. निर्यातक्षम केळीची काढणी, साफसफाई, प्रतवारी, पॅकिंग हे तज्ज्ञ व्यक्तीच्या मार्गदर्शनाखाली करावे.

३. उर्वरित अंश तपासणीसाठी केळी काढण्याच्या एक महिना अगोदर नमुने घेऊन कीडनाशक उर्वरित अंश तपासणी (आवशक्यतेनुसार) प्रयोगशाळेतून करून घ्यावी.

४. पॅक हाउसमध्ये स्वच्छता, प्रतवारी व पॅकिंग याकरिता अद्ययावत सुविधांचा वापर करावा.

राज्यातील केळीखालील क्षेत्र लक्षात घेता निर्यातीला प्रोत्साहन देण्यासाठी केळी निर्यात क्षेत्र स्थापन करण्यात आलेले आहे. सदर निर्यात क्षेत्राकरिता योग्य त्या सुविधा निर्माण करण्याकरिता महाराष्ट्र राज्य कृषी पणन मंडळ नोडल एजन्सी म्हणून कार्यरत आहे. जागतिक बाजारपेठेतील केळीची वाढती मागणी लक्षात घेता, निर्यातक्षम केळीचे उत्पादन करणे व काढणीपश्चात तंत्रज्ञान सुविधा निर्माण करण्याकरिता योग्य ते नियोजन केल्यास केळी निर्यातीस चांगली संधी निर्माण होणार आहे.

द्राक्षाप्रमाणेच केळी पिकामध्येही सुधारित उतीसंवर्धनाद्वारे उत्पादित रोपांची लागवड करून त्यांच्या लागवडीपासून कीड, रोग नियंत्रण, रासायनिक खतांचा संतुलित वापर व सूक्ष्म सिंचनाचा वापर करून निर्यातक्षम गुणवत्तेचे उत्पादन केल्यास, तसेच काढणीपश्चात सुविधा निर्माण करून त्याद्वारे काढणी, प्रतवारी, पॅकिंग या बाबी सुधारित पद्धतीने करून निर्यात केल्यास स्थानिक बाजारपेठांबरोबर जागतिक बाजारपेठांमध्येही निर्यात करून जास्तीत जास्त मोबदला मिळवून शेतकऱ्यांचे आर्थिक उत्पन्न वाढण्यास मदत होणार आहे.

आकारानुसार प्रतवारी

- फळाची लांबी कमीत कमी १४ सेंमी असावी.
- फळाची जाडी कमीत कमी २.७ सेंमी असावी.
- सर्व दर्जाच्या फळांच्या लांबीमध्ये १ सेंमीची सवलत असावी.

निर्यातक्षम केळी उत्पादनाकरिता शेतकऱ्यांनी करावयाचे नियोजन

१. उतीसंवर्धनाद्वारे उत्पादित ग्रँड नैन या जातीची लागवड करावी.

२. पाण्याचा योग्य व संतुलित वापर करण्याच्या दृष्टिकोणातून सूक्ष्म सिंचन पद्धतीचा वापर करावा.

३. एकात्मिक कीड व्यवस्थापनाद्वारे किडी व रोग यांचे प्राथमिक अवस्थेत प्रभावीपणे नियंत्रण करावे.

४. केळीवर प्रामुख्याने प्युजरियम विल्ट, सिगेटोका, बंचीटॉप, बनाना मोझेक या रोगांचा प्रादुर्भाव होऊन केळीची गुणवत्ता खराब होते. त्याकरिता एकात्मिक रोग व्यवस्थापनचा वापर करून नियंत्रण करावे.

५. राष्ट्रीय केळी संशोधन केंद्र, त्रिची यांनी केळीवरील किडीच्या व रोगाच्या नियंत्रणाकरिता शिफारस केलेल्या कीडनाशकांचा वापर करावा.

६. निर्यातक्षम गुणवत्तेच्या हमीसाठी ग्लोबल गॅप प्रमाणीकरण करून घ्यावे.

७. निर्यातीसाठी घडांची काढणी शास्त्रोक्त पद्धतीने तसेच नुकसान कमीत कमी होईल या पद्धतीने करणे आवश्यक आहे.

- पिकावरील किडीच्या व रोगांच्या नियंत्रणाकरिता वापरण्यात आलेल्या औषधांची, तसेच खते व सूक्ष्म अन्नद्रव्ये यांची नोंद ठेवावी.
- निर्यातीकरिता फळाची पक्वता ७०-८० टक्के असताना घडाची योग्य ती निगा राखावी.

केळीच्या सुधारित लागवड, जाती, पीक संरक्षण, एकात्मिक सूक्ष्म अन्नद्रव्ये व्यवस्थापन, गुणवत्ता प्रमाणके, काढणीपश्चात तंत्रज्ञान व निर्यातीसंदर्भात राष्ट्रीय केळी संशोधन केंद्र, त्रिची यांच्याकडे अद्ययावत माहिती उपलब्ध आहे.

नॅशनल रिसर्च सेंटर फॉर बनाना
थोगमलाई मेन रोड, पो. बॉ. थायनु,
तिरुचिरापल्ली ६२० १०२
तमिळनाडू, भारत
दूरध्वनी : ०४३१-२६१८१०४, २६१८१०६
फॅक्स : ०४३१-२६८११५
इमेल : directracrb@gmail.com,
nrcbirector@sancharnet.in

❑

स्ट्रॉबेरी

युरोपमध्ये प्रामुख्याने स्ट्रॉबेरी आयात ही फ्रान्स, नेदरलँड, जर्मनी, इंग्लंड या देशांत केली जाते. भारतात स्ट्रॉबेरीची व्यावसायिक लागवड महाराष्ट्र (महाबळेश्वर), उत्तर प्रदेश (नैनिताल, डेहराडून), काश्मीर खोरे, मेघालय, कर्नाटक (बंगळुरु) आणि पश्चिम बंगाल (मालिमपोंग) या राज्यांत केली जाते. महाराष्ट्रातील भिलार हे गाव व्यापारी दृष्टिकोणातून स्ट्रॉबेरीकरिता प्रसिद्ध आहे.

युरोपमध्ये प्रामुख्याने ऑक्टोबर ते मार्च या कालावधीत मोठ्या प्रमाणात स्ट्रॉबेरीची आयात केली जाते. त्यामुळे आपल्या शेतकऱ्यांना येथे निर्यातीची चांगली संधी आहे.

स्ट्रॉबेरी हे नाशवंत फळपीक असल्याने लागवडीपासून काढणीपर्यंत, तसेच मार्केटिंगद्वारे ग्राहकापर्यंत सुस्थितीत पोहोचण्यासाठी विशेष काळजी घ्यावी लागते. स्ट्रॉबेरीची गुणवत्तेनुसार प्रतवारी करून उत्कृष्ट पॅकिंग करून विक्री केल्यास मूल्यवृद्धी होण्यास मदत होणार आहे.

प्रतवारीनुसार सर्वसाधारण गुणवत्ता

१. फळ ताजे व पूर्ण वाढलेले असावे.
२. स्वच्छ व बाह्य वस्तूंपासून मुक्त असावे.
३. फळांवर ओरखडा, डाग, रोगाची लक्षणे आणि कीटकांनी पाडलेले डाग नसावेत.
४. फळांचा रंग तजेलदार, आकर्षक असावा.
५. सूर्यप्रकाशामुळे फळांवर डाग पडलेले नसावेत.
६. फळ साठवणूक व वाहतूक यासाठी योग्य असले पाहिजेत.

विशेष दर्जा

१. स्ट्रॉबेरी ही अतिउत्कृष्ट दर्जाची असली पाहिजे.
२. फळाचा रंग व आकार जातीनुसार एकसारखा असला पाहिजे, मात्र आकारात सवलत आहे.
३. फळास माती लागलेली नसावी.

वर्ग-२

१. स्ट्रॉबेरी ही विशेष दर्जा किंवा वर्ग-१ दर्जाची नसली तरी सर्वसाधारण गुणवत्तेची असली पाहिजे.
२. फळ हे जातीनुसार असले पाहिजे. मात्र, आकारात सवलत आहे.
३. किंचित माती असल्यास सवलत.

वर्ग-३

१. स्ट्रॉबेरी ही उच्च दर्जाची नसली तरी वर्ग-२ दर्जाची असली पाहिजे.
२. फळाचा आकार व रंग यामध्ये सवलत आहे.
३. किंचित माती असल्यास सवलत; मात्र त्यामुळे फळाच्या गुणवत्तेवर परिणाम होता कामा नये.

४. फळाला देठ नसले तरी चालते. मात्र साठवणूक व पॅकिंगमध्ये खराब होता कामा नये.

फळाच्या आकारानुसार प्रतवारी

क्र.	दर्जा	फळाचा आकार (मिमी)
१	विशेष दर्जा	२५
२	वर्ग-१	१८-२२
३	वर्ग-२	१८-२२
४	वर्ग-३	१५

स्ट्रॉबेरीची साठवणूक व वाहतूक याकरिता शिफारस केलेली मर्यादा सवलत

१	उष्णता	०°C (३२°F)
२	आर्द्रता	९० ते ९५ टक्के
३	साठवणुकीतील मर्यादा	पाच ते सात दिवस

गुणवत्तेत सूट मर्यादा

दर्जा	सवलत
विशेष दर्जा	संख्या किंवा वजन यात ५ टक्के
वर्ग-१	संख्या किंवा वजन यात १० टक्के
वर्ग-२	संख्या किंवा वजन यात १० टक्के
वर्ग-३	संख्या किंवा वजन यात १६ टक्के

स्ट्रॉबेरीचे पॅकिंग कसे असावे?

- शेतकऱ्याचे / पॅकरचे नाव व पत्ता
- पिकाचे नाव व जात
- मालाचा दर्जा (विशेष, वर्ग १, वर्ग २, वर्ग ३)
- उगमस्थान
- पॅकिंगवर तसेच साठवणुकीबाबत सूचना (कमीत कमी व अधिकतम अंश से.)
- वापराबाबत वैध मुदत
- पॅकिंगची तारीख

निर्यातीसाठी पॅकिंगकरिता घ्यावयाची काळजी

१. मालाची गुणवत्ता टिकून राहील अशा पद्धतीने पनेटमध्ये पॅकिंग करावे.

२. पॅकिंग मटेरिअलच्या आतमध्ये मालाला आतून व बाहेरून इजा पोहोचणार नाही, याची दक्षता घ्यावी.

३. प्रत्येक पॅकिंगमध्ये / लॉटमध्ये एका जातीचा व एका दर्जाचा माल असणे आवश्यक आहे.

४. आयातदाराच्या मागणीनुसार पॅकिंग करावे व त्यावर लेबल लावावे.

५. कंटेनरद्वारे निर्यातीसाठी पॅकिंग करताना ते आंतरराष्ट्रीय पॅकेजिंग आणि ट्रान्सपोर्ट कोड निर्यात पद्धतीनुसार करावे.

निर्यातक्षम स्ट्रॉबेरी उत्पादनाकरिता शेतकऱ्यांनी घ्यावयाची काळजी

१. स्ट्रॉबेरीची लागवड ही प्रामुख्याने कॅलिफोर्नियातून आयात केलेल्या टिश्यू कल्चर रोपांद्वारे केली जाते. तेव्हा, शेतकऱ्यांनी स्ट्रॉबेरीची रोपे खरेदी करताना अधिकृत आयातदाराकडून पावती घेऊन मगच खरेदी करावीत, तसेच पावतीमध्ये स्ट्रॉबेरीची जात आणि पुरवठाधारकाचे नाव अवश्य नमूद करावे.

२. पाण्याचा योग्य व संतुलित वापर करण्याच्या दृष्टीने सूक्ष्म सिंचन पद्धतीचा वापर करावा.

३. रासायनिक खते व सूक्ष्म अन्नद्रव्ये यांचा आवश्यकतेनुसार वापर करावा.

४. फळांचे नुकसान होऊ नये म्हणून काळ्या रंगाच्या पॉलिथिनचे आच्छादन करावे.

५. एकात्मिक कीड व्यवस्थापनाद्वारे किडींचे व रोगांचे प्राथमिक अवस्थेत प्रभावीपणे नियंत्रण करावे.

६. निर्यातक्षम गुणवत्तेच्या हमीसाठी ग्लोबल गॅप प्रमाणीकरण करून घ्यावे.

७. पॅकिंग, प्रतवारी, प्री-कुलिंग व कोल्ड स्टोरेज अशा सुविधा निर्माण करून त्यांचा वापर करावा.
८. स्ट्रॉबेरीची काढणी केल्यानंतर प्रतवारीनुसार निर्यात, स्थानिक बाजारपेठ व प्रक्रिया यानुसार विक्रीचे नियोजन करावे.
९. स्ट्रॉबेरीवरील बुरशी, फूलकिडे व कोळी या किडीच्या व रोगांच्या नियंत्रणाकरिता एकाच कीडनाशकाचा सलग वापर करू नये. तसेच काढणीपूर्वी एक महिना अगोदर कीडनाशकांची फवारणी बंद करावी. गरज पडल्यास जैविक कीडनाशकांचा वापर करावा.
१०. निर्यातीसाठी फळाची काढणी शास्त्रोक्त पद्धतीने, तसेच कमीत कमी नुकसान होईल या पद्धतीने करावी.
११. आकार, रंग व वजन यानुसार फळाची प्रतवारी करावी.
१२. युरोपीय देशांना स्ट्रॉबेरी निर्यातीकरिता कीडनाशक उर्वरित अंश तपासून घेणे आवश्यक आहे. राज्य सरकारच्या कीडनाशक उर्वरित अंश प्रयोगशाळा पुणे येथून अनुदानावर उर्वरित अंश तपासून अहवाल दिला जातो.
१३. उतीसंवर्धनाद्वारे तयार केलेल्या स्ट्रॉबेरीच्या रोपांची आयात करून स्ट्रॉबेरीच्या नवीन जातींची लागवड करावी.

स्ट्रॉबेरी हे अत्यंत नाजूक फळपीक असल्याने त्याची शास्त्रोक्त पद्धतीने तसेच चांगल्या दर्जाच्या रोपांद्वारे लागवड करून एकेरी उत्पादकात वाढवणे आवश्यक आहे. तसेच काढणीपश्चात सुविधा निर्माण करून कापणी, वाहतूक व विक्रीदरम्यान होणारे नुकसान कमी करणे गरजेचे आहे. त्याकरिता केंद्र व राज्य सरकारच्या योजनांचा लाभ घेऊन पॅकिंग, ग्रेडिंग, प्री-कुलिंग व कोल्ड स्टोरेज व रेफ्रिजरेटेड व्हॅन यांसारख्या सुविधा निर्माण केल्यास त्याचा चांगल्या दर्जाच्या मालाची निर्यात करण्यासाठी निश्चितपणे फायदा होईल. तसेच स्थानिक बाजारपेठेत प्रक्रियेकरिता वाढती मागणी लक्षात घेऊन योग्य प्रकारे नियोजन केल्यास शेतकऱ्यांना निश्चितच आर्थिक लाभ होण्यास मदत होणार आहे.

❑

काजूगर

जगामध्ये प्रामुख्याने ब्राझील, भारत, इंडोनेशिया, नाजयेरिया, टांझानिया या देशांतून काजूचे व्यापारी दृष्टिकोणातून उत्पादन घेण्यात येते. काजू लागवडीखालील क्षेत्र आणि उत्पादन यात भारताचा पहिला क्रमांक आहे. जगाच्या एकूण काजू बी उत्पादनापैकी ४५ टक्के काजू बीचे उत्पादन भारतात होते. भारतातून काजूगर मोठ्या प्रमाणात निर्यात करण्यात येत असून त्याद्वारे देशास परकीय चलनही उपलब्ध होत आहे.

भारतात समुद्रकिनाऱ्याजवळील प्रदेशात प्रामुख्याने केरळ, आंध्र प्रदेश, महाराष्ट्र, ओरिसा, कर्नाटक, गोवा, तमिळनाडू आणि पश्चिम बंगाल या राज्यांत व्यापारीदृष्ट्या काजूची लागवड करण्यात येत आहे.

महाराष्ट्रात काजूची लागवड प्रामुख्याने ठाणे, रायगड, रत्नागिरी, सिंधुदुर्ग व कोल्हापूर या जिल्ह्यांत केली जाते.

रोजगार हमी योजनेंतर्गत फळबाग लागवड योजनेमुळे कोकण विभागासह इतर जिल्ह्यांतही काजू लागवडीखालील क्षेत्र वाढत आहे.

काजू हे महत्त्वाचे फळपीक असून, काजूच्या झाडाचा प्रत्येक भाग उपयोगी आहे.

उपयोग

१. काजूगर : खाण्यासाठी
२. काजू कवच : उच्च प्रतीचे तेल (सीएनएसएल) कोळ्याच्या जाळ्यांना तसेच बोटीच्या बाहेरील भागाला लावण्यासाठी
३. काजूगरावरील पातळ साल (टेस्टा) : कोंबड्यांसाठी पौष्टिक अन्न तयार करण्यासाठी
४. काजू बोंड : सरबत, व्हिनेगर आणि मद्य (काजूफेणी) बनवण्यासाठी
५. काजू झाडाचे लाकूड : लाकडी होड्या तयार करण्यासाठी
६. काजू झाडाच्या लाकडाची साल : शाई व रंग तयार करण्यासाठी

काजूगरास व काजू कवचापासून तयार केलेल्या तेलास जागतिक बाजारपेठेत मागणी वाढत आहे. परंतु उच्च दर्जाच्या व गुणवत्तेच्या, तसेच योग्य प्रकारे प्रतवारी करून आवेष्टित केलेल्या मालासच योग्य मोबदला मिळू शकतो. म्हणून निर्यातक्षम दर्जाचे काजूचे उत्पादन व त्यापासून काजूगर तयार करण्यासाठी उत्कृष्ट प्रक्रिया, प्रतवारी व पॅकिंग करणे गरजेचे आहे.

काजूगर निर्यातीमध्ये प्रतवारीस विशेष महत्त्व असते, त्यानुसार त्याची किंमत ठरहली जाते. काजूगरासाठी आकार, रंग इत्यादींनुसार एकूण ३३ ग्रेड निर्धारित करण्यात आलेल्या आहेत. त्यापैकी महत्त्वाच्या ग्रेड पुढीलप्रमाणे आहेत :

निर्यातक्षम काजूच्या उत्पादनासाठी व उत्कृष्ट दर्जाचे काजूगर उत्पादन आणि निर्यात यासाठी काजूच्या गौण जाती

क्र.	ग्रेड	एक पौंडातील गर संख्या	गुणवत्ता
१.	डब्ल्यू-१८०*	१७०-१८०	अखंड, मोठा, पांढरा, सर्वोत्तम
२.	डब्ल्यू-२१०*	२००-२१०	अखंड, लहान, पांढरा
३.	डब्ल्यू-२४०*	२२०-२४०	अखंड, लहान, पांढरा
४.	डब्ल्यू-२८०	२६०-२८०	अखंड, लहान, पांढरा
५.	डब्ल्यू-३२०	३००-३२०	अखंड, लहान
६.	डब्ल्यू-४००	३५०-४००	अखंड, मात्र लहान
७.	डब्ल्यू-४५०	४००-४५०	अखंड, मात्र लहान
८.	डब्ल्यू-५००	४५०-५००	अखंड, मात्र लहान

* निर्यातीकरिता महत्त्वाच्या ग्रेड

काजूबियांवर प्रक्रिया केल्यास मूल्यवृद्धी होऊ शकते, हे लक्षात घेऊन काजूबियांवर प्रक्रिया करून उत्कृष्ट दर्जाच्या काजूगरांचे उत्पादन केल्यास निर्यातीबरोबर स्थानिक बाजारपेठेतही विक्री केल्यास अधिक मोबदला मिळत असल्याने, मोठ्या प्रमाणात काजू बी प्रक्रिया उद्योगाला चालना मिळत आहे.

काजूगर तयार करण्यासाठी काजूबियांवर पुढीलप्रमाणे प्रक्रिया केली जाते :

बी भाजणे - बी फोडणे - वाळवणे - पापुद्रा काढणे - प्रतवारी करणे - पॅकिंग करणे

काजूगराची गुणवत्ता टिकवण्यासाठी काजू बीवरील प्रक्रियेस विशेष महत्त्व असते.

काजूगराचे पॅकिंग

स्थानिक बाजारपेठेसाठी २५० ग्रॅम, ५०० ग्रॅम आणि एक किलोच्या पॉलिथिन पिशव्यांमध्ये गर भरून लेबल लावून विकले जाते.

आंतरराष्ट्रीय बाजारपेठेसाठी ११.३ किलोच्या डब्यांमध्ये भरून डब्यात कार्बन डायऑक्साईड वायू भरण्यात येतो. त्यामुळे गरास दुर्गंधी येत नाही. डबे मोहोरबंद करून योग्य प्रकारे तपासून निर्यातीसाठी तयार केले जातात. अशा प्रकारे पॅकिंग केलेला माल दोन वर्षे चांगला राहू शकतो. काजूगर हे पौष्टिक असून, त्यामध्ये पुढील घटक असतात :

पाणी ६%, कर्बोदके २२%, स्निग्ध पदार्थ ३७%, प्रथिने २१%, खनिजे २.४%, कॅल्शिअम ०.६%, लोह ०.००५%, जीवनसत्त्व बी ०.८%

काजूगर निर्यातीसाठी शेतकऱ्यांनी / निर्यातदारांनी घ्यावयाची काळजी

१. काजूपिकाची जातिनिहाय लागवड करून तसे रेकॉर्ड ठेवावे.
२. लागवडीसाठी कलमे खरेदी करताना ती अधिकृत रोपवाटिकेतून घ्यावीत. पावतीवर जातीचे / वाणाचे नाव, किंमत नमूद असणे आवश्यक आहे.
३. काजूपिकावर टी मॉस्क्युटो, खोडकिडा, लीफ मायनर, फूलकिडे, पाने गुंडाळणारी अळी या किडींचा आणि डायबॅक, पानावरील करपा या रोगांचा प्रादुर्भाव होतो. त्याच्या नियंत्रणासाठी कृषी विद्यापीठाने शिफारस

काजू बी प्रक्रिया कोठागारात साठवलेल्या बिया घेणे

↓

बिया पाण्याने भिजवणे

↓

बिया भाजण्याची प्रक्रिया करणे
(बियांमध्ये पाण्याचे प्रमाण १५ ते २० टक्के होईपर्यंत)

कच्चे काजू टरफल तेल	सेंट्रिफ्यूज करणे
↓	↓
चांगले काजू टरफल तेल	काजूबिया फोडणे
↓	↓
काजू बीची टरफले	काजूगर
↓	↓
तेल काढणे	वाळवणे
↓	↓
जळण म्हणून उपयोग	पापुद्रा काढून टाकणे
↓	↓
पाण्याचे प्रमाण वाढवणे (५+ पर्यंत)	टॅनिन हा रासायनिक पदार्थ वेगळा करणे
↓	
निवड आणि प्रतवारी	
↓	
पॅकिंग	

वरील सर्व प्रक्रियांतर्गत कामगारांची स्वच्छता व सुरक्षितता यास विशेष महत्त्व देणे आवश्यक आहे.

केलेल्या कीटकनाशकांची फवारणी करावी. तसेच एकाच कीडनाशकाची सलग फवारणी करू नये.

४. उत्कृष्ट प्रतीचे काजू बी उत्पादन करण्यासाठी चांगल्या पद्धतीचा वापर करावा.

५. निर्यातक्षम काजूगराच्या उत्पादनासाठी काजूबियांची काढणी, हाताळणी, प्रतवारी व साठवणूक चांगल्या प्रकारे करणे गरजेचे आहे.

६. काजूबियांवर प्रक्रिया करताना जास्तीत जास्त कामगारांचा संबंध असल्याने काजूगराची गुणवत्ता व त्यामधील पौष्टिक गुणधर्म टिकवून ठेवण्यासाठी, तसेच योग्य दर्जाचे उत्पादन व स्वच्छता याची हमी ग्राहकांना देण्यासाठी प्रक्रिया उद्योगास हॅसेप प्रमाणीकरण करून घेणे गरजेचे आहे.

काजूगराच्या निर्यातीस असलेला वाव लक्षात घेऊन

निर्यातीला प्रोत्साहन देण्यासाठी व आर्थिक मदत / अर्थसाहाय्य करण्यासाठी पुढील संस्थांमार्फत तांत्रिक मार्गदर्शन केले जाते :

१. सेंट्रल प्लँटेशन क्रॉप्स रिसर्च इन्स्टिट्यूट
कासारगोड ६७१ १२४, केरळ
दूरध्वनी : ०४९९-४३०८९३-६
फॅक्स : ०४९९-४३०३२२
इमेल : CPCri@hubi.nic.in

२. केश्यू एक्सपोर्ट प्रमोशन काउन्सिल ऑफ इंडिया
पो. बॉ. क्रमांक १७०९, चितुर रोड, अमालियुयम, कोचीन ६८२ ०१६, केरळ
दूरध्वनी : ०४८४-२३६१४५९
फॅक्स : ०४८४-३७०९७३

काजूगर निर्यातीस असलेली मागणी लक्षात घेऊन बऱ्याच वेळा काजू बी ब्राझील येथून आयात केली जाते. त्यावर प्रक्रिया करून उत्कृष्ट दर्जाच्या काजूगराची प्रतवारी व पॅकिंग करून विविध देशांना निर्यात केली जाते. तसेच चांगल्या दर्जाच्या काजूगराची प्रतवारी व पॅकिंग करून विविध देशांना निर्यात केली जाते. चांगल्या दर्जाच्या काजूगरामधील पौष्टिक गुणधर्म लक्षात घेता जागतिक बाजारपेठांबरोबर स्थानिक बाजारपेठांमध्ये त्यांची मागणी वाढत आहे. काजूगराची गुणवत्ता, प्रतवारी, पॅकिंगची व स्वच्छतेची हमी इत्यादी बाबीत महत्त्व प्राप्त झाले असल्याने काजू बी उत्पादन ते काजूगराची निर्यातीकरिता / विक्रीकरिता अत्याधुनिक तंत्रज्ञानाचा वापर करणे आवश्यक झालेले आहे. केंद्र व राज्य सरकारच्या विविध योजनांचा लाभ घेऊन काजू बी उत्पादन, काढणी, प्रतवारी तसेच काजू बीवरील प्रक्रियेद्वारे उत्कृष्ट दर्जाचे काजूगर उत्पादनाचे नियोजन केल्यास काजूगराच्या निर्यातीस चालना मिळून आर्थिक लाभ मिळेल, तसेच स्थानिक बाजारपेठेमध्येही चांगल्या दर्जाच्या काजूगर विक्रीस वाव निर्माण होईल. ❑

द्राक्षे

युरोपीय देशांनी द्राक्षांच्या आयातीकरिता कीडनाशकांच्या उर्वरित अंश तपासणीचे कडक निकष तयार केले आहेत. त्यामध्ये ९० कीटकनाशकांची तपासणी करणे बंधनकारक करण्यात आलेले आहे. त्यामुळे द्राक्ष उत्पादकांनी आणि निर्यातदारांनी विशेष काळजी घेणे आवश्यक आहे.

युरोपीय देशांना निर्यात होणाऱ्या द्राक्षामधील उर्वरित अंश नियंत्रणाबाबत अपेडामार्फत तयार करण्यात आलेल्या मार्गदर्शक सूचनांमध्ये मागील काही काळात आढळून आलेल्या अडचणींचा व त्रुटींचा विचार करून, तसेच युरोपियन युनियनने केलेल्या सूचना व इतर सर्व बाबींचा विचार करून युरोपीय देशांना निर्यात होणाऱ्या द्राक्षामधील कीडनाशक उर्वरित अंश नियंत्रणाबाबत करावयाच्या नियोजनाबाबत पुढीलप्रमाणे अंमलबजावणी करण्यात येत आहे.

निर्यातक्षम द्राक्षबागेची नोंदणी करण्याची पद्धत

युरोपीय देशांना निर्यात करू इच्छिणाऱ्या द्राक्ष बागायतदारांनी त्यांच्या द्राक्षबागेची नोंदणी संबंधित जिल्ह्यांचे नोंदणी अधिकारी तथा जिल्हा अधीक्षक कृषी अधिकारी यांच्याकडे ठरावीक मुदतीत करणे आवश्यक आहे. निर्यातक्षम द्राक्षबागांची नोंदणी करण्याकरिता जिल्हा अधीक्षक कृषी अधिकारी (अहमदनगर, पुणे, सोलापूर, नाशिक, सांगली, सातारा, उस्मानाबाद, लातूर, बीड, बुलढाणा, जळगाव, नांदेड व सन २०१८-१९पासून उर्वरित सर्व जिल्ह्यांसाठी) यांची निर्यातक्षम द्राक्षबागांची नोंदणी करण्याकरिता नोंदणी अधिकारी म्हणून नियुक्ती करण्यात आली आहे.

निर्यातक्षम द्राक्षबागांची नोंदणी करण्याकरिता प्रति प्लॉट (१ हेक्टर क्षेत्रा)करिता ५० रुपये फी निश्चित करण्यात आली आहे. निर्यातक्षम द्राक्षबागांची नोंदणी व नूतनीकरण अपेडाच्या www.apeda.com या वेबसाईटवर ऑनलाईन करण्यात आली आहे. 'अपेडा फार्मर कनेक्ट' या मोबाईल ॲपद्वारे नोंदणी व नूतनीकरण करता येईल.

निर्यातक्षम द्राक्ष बागायतदारांना त्यांच्या बागेची नोंदणी / नूतनीकरण संबंधित जिल्हा अधीक्षक कृषी अधिकारी यांच्या कार्यालयामार्फत अपेडाच्या ऑनलाईन साईटवरून प्रपत्र-२ अ मध्ये संबंधित द्राक्ष बागायतदारांना नोंदणी प्रमाणपत्र देण्याची व्यवस्था करण्यात आली आहे.

युरोपीय देशांना निर्यात करण्याकरिता नोंदणी केलेल्या द्राक्ष बागायतदारांना द्राक्षबागेवरील किडींचे व रोगांचे नियंत्रण करण्याकरिता राष्ट्रीय द्राक्ष संशोधन केंद्र, मांजरी, जि. पुणे यांनी प्रपत्र-७मध्ये शिफारस केल्यानुसार वापरण्याबाबत व त्याचे रेकॉर्ड प्रपत्र-४मध्ये ठेवण्याबाबत बंधनकारक

करण्यात आलेले आहे.

नोंदणीकृत द्राक्षबागांची तपासणी व मार्गदर्शन यांची कार्यपद्धती

युरोपीय देशांना निर्यात करण्याकरिता नोंदणी करण्यात आलेल्या द्राक्षबागांची तपासणी करण्याकरिता संबंधित मंडल कृषी अधिकारी / कृषी पर्यवेक्षक यांना तपासणी अधिकारी म्हणून ५७६ अधिकाऱ्यांची नियुक्ती करण्यात आली आहे.

निर्यातक्षम द्राक्षबागांमधील उर्वरित अंश नियंत्रणाकरिता शेतकऱ्यांना मार्गदर्शन करण्यासाठी दोन तपासण्या निश्चित करण्यात आलेल्या आहेत. पहिली तपासणी द्राक्षबागेचे नूतनीकरण / नवीन नोंदणी प्रमाणपत्र देण्यापूर्वी करावयाची आहे. दुसरी तपासणी अनुक्रमे ४० ते ६० दिवसांच्या फरकाने करावयाची आहे.

निर्यातक्षम द्राक्षबागांची तपासणी करण्याकरिता प्रपत्र-६ अ व ब मध्ये निश्चित करण्यात आले आहे. या प्रपत्रामध्ये संबंधित नोंदणीकृत द्राक्षबागांची तपासणी अधिकाऱ्याने तपासणी करून तपासणीचा अहवाल संबंधित नोंदणीकृत द्राक्ष बागायतदारांना व नोंदणी अधिकाऱ्यांना द्यावयाचा आहे.

तपासणी अधिकाऱ्याने त्याच्या कार्यक्षेत्रातील नोंदणीकृत सर्व द्राक्ष बागायतदारांना वेळोवेळी निर्यातक्षम द्राक्षबागेमधील उर्वरित कीडनाशक उर्वरित अंश नियंत्रणाकरिता अपेडाने तयार केलेल्या मार्गदर्शक सूचनांनुसार संबंधित शेतकऱ्यांना मार्गदर्शन करणे आवश्यक आहे. तपासणी अधिकाऱ्याने तपासणी अहवालामध्ये त्याचे पूर्ण नाव, हुद्दा, कार्यालयाचा पत्ता व दूरध्वनी क्रमांक नमूद करणे आवश्यक आहे. तसेच जेवढ्या क्षेत्राची नोंदणी करण्यात आलेली आहे, तेवढ्या क्षेत्राकरिता तपासणी अहवाल देणे आवश्यक आहे.

तपासणीच्या वेळी नोंदणी करण्यात आलेल्या क्षेत्रापेक्षा जास्त क्षेत्र आढळून आले, तर वाढीव क्षेत्राची नोंद नोंदणी प्रमाणपत्रात करून घेण्याकरिता संबंधित शेतकऱ्यांनी नोंदणी करण्याकरिता कळवणे आवश्यक आहे. नोंदणीकृत द्राक्ष बागायतदाराने तपासणी अधिकाऱ्यांच्या मार्गदर्शनानुसार तपासणी ठेवणे आवश्यक आहे.

तपासणी अहवालाच्या प्रती संबंधित शेतकऱ्यांनी तपासणी अधिकाऱ्याकडून वेळोवेळी उपलब्ध करून घेणे आवश्यक आहे.

निर्यातक्षम नोंदणीकृत द्राक्षबागेमधील उर्वरित अंश नियंत्रणाकरिता नमुने घेण्याची पद्धत

निर्यातक्षम नोंदणीकृत द्राक्षबागेमधील उर्वरित अंश तपासणी करण्याकरिता एकूण बारा प्रयोगशाळांना अपेडाने मान्यता दिलेली आहे.

१. कीडनाशक उर्वरित अंश प्रयोगशाळा, पुणे ५
२. विमटा लॅब्स लि., हैदराबाद
३. रिलायबल ॲनालिटिकल लॅबोरेटरी, ठाणे
४. जिओक लॅब लिमिटेड, मुंबई
५. श्रीराम इन्स्टिट्यूट लॅब, बंगळुरु
६. एसजीएस इंडिया लि., चेन्नई
७. एनएचआरडीएफ, नाशिक

ही मान्यता दर वर्षी बदलू शकते, याची नोंद घ्यावी. याची यादी अपेडाच्या वेबसाईटवर उपलब्ध करून देण्यात आलेली आहे.

निर्यातक्षम द्राक्षबागेमधील उर्वरित अंश तपासणीकरिता द्राक्षाचे नमुने घेण्यासाठी अपेडा यांनी प्रपत्र-८मध्ये अधिसूचित केलेल्या उर्वरित अंश प्रयोगशाळेच्या प्रतिनिधींद्वारेच द्राक्षाचे नमुने घेणे बंधनकारक करण्यात आले आहे. उर्वरित अंश तपासणी करण्याकरिता द्राक्षाचे नमुने घेण्यासाठी लागणारे पॅकिंग मटेरिअल व इतर साहित्य व नमुना स्लीप निश्चित करण्यात आली आहे. त्यानुसार व प्रपत्र-१मध्ये विहित केलेल्या पद्धतीचा वापर करून घेणे बंधनकारक आहे.

उर्वरित अंश तपासणीकरिता घेण्यात आलेल्या

द्राक्षांचे नमुने दोन पॅकिंगमध्ये दोन किलो व तीन किलोमध्ये दोन नमुने घेऊन २४ तासांच्या आत संबंधित कीडनाशक उर्वरित अंश प्रयोगशाळेस पाठवणे आवश्यक आहे. नमुन्यासोबत प्रपत्र-४, प्रपत्र-५ व प्रपत्र-६ ब जोडणे आवश्यक आहे.

उर्वरित अंश तपासणी करण्याकरिता नियुक्त केलेल्या प्रयोगशाळांची जबाबदारी

१. प्रयोगशाळेने निर्यातक्षम द्राक्षांमधील औषधाचे उर्वरित अंश मर्यादा प्रपत्र-११मध्ये दिल्याप्रमाणे सर्व औषधांकरिता ए, ओ, ए, सी किंवा कोडेक्स पद्धतीचा अवलंब करून तपासणी करणे आवश्यक आहे.

२. प्रयोगशाळेने निर्यातक्षम द्राक्षांमधील उर्वरित अंश तपासणी करण्याकरिता प्रपत्र-९मध्ये विहित केलेल्या पद्धतीचा अवलंब करून नमुने घेण्यासाठी प्रयोगशाळेच्या वतीने योग्य त्या प्रतिनिधीची नियुक्ती करणे आवश्यक आहे आणि नियुक्त केलेल्या प्रतिनिधींची नावे, पूर्ण पत्ता व दूरध्वनी क्रमांक अपेडा, एनआरसी व संचालक, कृषी प्रक्रिया व व्यापारक्षम शेती यांना कळवणे आवश्यक आहे.

३. निर्यातक्षम द्राक्षामधील उर्वरित अंश तपासणीचा अहवाल प्रपत्र-१२मध्ये विहित केलेल्या नमुन्यात द्यावयाचा आहे.

४. प्रयोगशाळेने उर्वरित अंश तपासणीचा अहवाल चार प्रतींत तयार करावयाचा असून, पहिल्या दोन प्रतींसंबंधित द्राक्ष उत्पादक / निर्यातदार यांना द्यावयाच्या आहेत. तिसरी प्रत संबंधित अधिकारी तथा मंडळ कृषी अधिकारी यांना द्यावयाची आहे. चौथी प्रत प्रयोगशाळेत कार्यालयीन प्रत म्हणून ठेवायची आहे.

५. प्राधिकृत प्रयोगशाळेने उर्वरित अंश तपासणी गोषवारा प्रपत्र-१३मध्ये, राष्ट्रीय उर्वरित अंश तपासणी गोषवारा प्रपत्र-१३मध्ये, राष्ट्रीय प्रयोगशाळा व अपेडा यांना ऑनलाईन सुविधेद्वारे पाठवावयाचा आहे.

६. २०१८-१९पासून कीडनाशक उर्वरित अंश तपासणी अहवाल संबंधित शेतकऱ्यांना अपेडाच्या वेबसाईटवरून स्वत: डाऊनलोड करून घेण्याची सुविधा उपलब्ध करून देण्यात आलेली आहे. त्यासाठी शेतकऱ्यांनी त्यांच्या नोंदणीकृत बागेचा नोंदणी क्रमांक व ४ बीचा अहवाल क्रमांक यांची नोंद करून स्वत:च डाऊनलोड करून घ्यावा.

केंद्र सरकारने अधिसूचना क्रमांक पीपीआय/९८/दिनांक २९/०१/१९९३ अन्वये राज्यातील १६ अधिकाऱ्यांना फायटोसॅनिटरी प्रमाणपत्र देणारे अधिकारी म्हणून नियुक्त केलेले आहे. त्यामध्ये पुणे, सांगली, नाशिक, सोलापूर, अमरावती, रत्नागिरी, सिंधुदुर्ग, जालना, लातूर, अहमदनगर, सातारा व ठाणे या जिल्ह्यांतील जिल्हा अधीक्षक, कृषी अधिकारी यांच्या कार्यालयातील संबंधित अधिकाऱ्यांचा समावेश केला आहे. सदर अधिकाऱ्यांमार्फत कृषिमालाच्या निर्यातीकरिता

युरोपीय देशांना जास्तीत जास्त द्राक्ष निर्यात होण्याकरिता २०१८-१९ या वर्षात अपेडाच्या मार्गदर्शनाखाली युरोपीय देशांना द्राक्षाची निर्यात करण्याकरिता अनुसरावयाच्या कार्यपद्धतीबाबत ट्रेड नोटीस क्रमांक क्यूसी/०४९/२००५/दिनांक २४ ऑक्टोबर २०१८ अन्वये सविस्तर मार्गदर्शक सूचना तयार करण्यात आल्या आहेत. त्यांची अंमलबजावणी संचालक, फलोत्पादन, साखर संकुल, पुणे ५ यांच्या कार्यालयामार्फत करण्यात येते.

फायटोसॅनिटरी प्रमाणपत्र देण्याची कार्यवाही केली जाते.

योग्य नियोजनाची गरज

द्राक्ष बागायतदारांनी निर्यातक्षम द्राक्ष उत्पादन व विक्री याकरिता प्रामुख्याने पुढील बाबींची पूर्तता / नियोजन करणे आवश्यक आहे :

१. निर्यातक्षम द्राक्षबागेची नोंदणीसाठी विहित मुदतीत संबंधित जिल्हा अधीक्षक कृषी अधिकारी यांच्याकडे अर्ज करावा. तसेच नोंदणी प्रमाणपत्र उपलब्ध करून घेऊन व नोंदणी प्रमाणपत्रातील मजकूर बरोबर असल्याची खातरी करून घ्यावी.

२. द्राक्षांवरील किडींच्या व रोगांच्या नियंत्रणाकरिता राष्ट्रीय द्राक्ष संशोधन केंद्र, मांजरी, जि. पुणे यांनी प्रपत्र-७मध्ये शिफारस केलेल्याच औषधांची फवारणी करावी.

३. किडींच्या व रोगांच्या नियंत्रणाकरिता वापरण्यात आलेल्या औषधांची नोंद प्रपत्र-४मध्ये सविस्तर ठेवून ते तपासणी अधिकाऱ्याकडून स्वाक्षरीत करून घ्यावे.

४. निर्यातक्षम द्राक्षबागेची दोन वेळा तपासणी अधिकाऱ्याकडून तपासणी करून घ्यावी. तसेच तपासणी अहवालाच्या प्रती प्राप्त करून घेऊन स्वतंत्र नोंद ठेवावी.

५. द्राक्ष काढणीच्या अगोदर एक महिना फवारणी बंद करावी. औषधांची फवारणी करण्याची गरज पडल्यास तशी नोंद प्रपत्र-४मध्ये करावी.

६. उर्वरित अंश तपासणी करण्याकरिता अपेडा यांनी नियुक्त केलेल्या उर्वरित अंश प्रयोगशाळेच्या प्रतिनिधींद्वारे द्राक्षांचे नमुने घेऊन नमुन्यासोबत नमुना स्लीप प्रपत्र-४ द्यावे.

७. युरोपीय देशांना द्राक्ष निर्यातीकरिता द्राक्षाचे घड, बेरीचा एकसारखा आकार १६ ते १८ (एमएम), गडद हिरवा रंग व १६ दिवस असणे आवश्यक आहे. तसेच रोगांचा व किडींचा प्रादुर्भाव होणार नाही, याची काळजी घेणे आवश्यक आहे.

८. द्राक्षाची निर्यात निर्यातदारांमार्फत करावयाची झाल्यास द्राक्ष निर्यातदारांची सविस्तर माहिती करून घ्यावी.

९. निवड केलेल्या द्राक्ष निर्यातदाराला प्रपत्र-५मध्ये उर्वरित अंश चाचणी प्रयोगशाळेत, नमुना प्रमाणित असल्याच्या अहवालाची प्रत, तसेच तोच माल पुरवठा केल्याबाबत हमीपत्र द्यावे.

१०. द्राक्ष बागायतदारांनी द्राक्षाच्या निर्यातदारांना पुरवठा करण्यापूर्वी दर ठरवून घेणे व मालाचा पुरवठा व किमतीबाबत करार करून घेणे बागायतदारांच्या दृष्टीने आवश्यक आहे.

प्रतिबंधित औषधे

सन २०१८-१९ या वर्षापासून युरोपीय देशांना द्राक्ष निर्यातीकरिता नोंदणी केलेल्या बागांवर पुढील औषधांच्या वापरावर प्रतिबंध केलेला आहे :

१. हेक्साकोन्याझोल (Hexaconazole)

२. कार्बारिल (Carbaryl)

३. एन्डोसल्फान (Endosalfan)

४. फॉझोलोन (Fuzolone)

५. डायक्लोरोव्हॉस (Dichlorovos)

६. कॅरटॅप हायड्रोक्लोराईड (Cartap Hydrocloride)

७. डायकोफॉल (Dicofol)

८. डायफेनपिरॉल (Difenpirol)

९. मॅल्यॅथिऑन (Malathion)

उर्वरित अंश तपासणीमध्ये कीडनाशकाचे अंश क्षम्य मर्यादेपेक्षा अधिक आढळून आल्यास रेफरल प्रयोगशाळेमार्फत अलर्ट नोटीस ऑनलाईनद्वारे सर्व संबंधितांना पाठवली जाते; जेणेकरून सदरचा माल निर्यात होणार नाही याबाबत दक्षता घेतली जाते.

२०१७-१८मध्ये युरोपीय देशांना द्राक्ष निर्यातीकरिता कीडनाशक उर्वरित अंशची हमी देण्याकरिता ग्रेपनेटअंतर्गत ३४,९६७ द्राक्ष बागायतदारांनी नोंदणी केलेली आहे. नोंदणीकृत द्राक्ष बागांपैकी १२,२६७ बागांमधून द्राक्षांचे नमुने घेऊन अपेडाने प्राधिकृत केलेल्या उर्वरित अंश तपासणी प्रयोगशाळेत तपासणी केली असता १,२७३ बागेतील नमुन्यांमध्ये क्षम्य मर्यादेपेक्षा अधिक अंश आढळून आल्यामुळे एनआरएल, पुणेमार्फत अलर्ट नोटीस पाठवण्यात आली होती. त्यापैकी ३०३ बागेतील द्राक्षांचे नमुने फेरतपासणीत विहित मर्यादेपेक्षा कमी आढळून आल्यामुळे अलर्ट नोटीस मागे घेण्यात आली. शेवटी ९७० बागांकरिता अंतिम अलर्ट नोटिसा पाठवण्यात आल्या. नापास द्राक्ष बागेत आढळून आलेल्या प्रमुख औषधांचा तपशील पुढीलप्रमाणे आहे :

क्र.	औषधाचे नाव	नापास नमुन्यांची संख्या	टक्केवारी
१.	Nereistoxin	२९५	२३.२३
२.	4-bromo-2-chlorophenol	२५९	२०.३९
३.	CPPU	२३१	१८.१९
४.	Abamectin	१६२	१२.७६
५.	Flusilazole	१५०	११.८१
६.	Fipronil	१४४	११.३४
७.	इतर	२९	२.२८
	एकूण	१,२७०	

युरोपीय देशांप्रमाणेच स्थानिक बाजारपेठेतील ग्राहकांच्या आरोग्याच्या हिताच्या दृष्टिकोणातून केंद्र सरकारने फूड सेफ्टी स्टँडर्ड ॲक्ट २०११ अन्वये द्राक्ष पिकातील कीडनाशके उर्वरित अंश कमाल अवशेष मर्यादा (एमआरएल) निर्धारित केली असून त्याचा तपशील पुढीलप्रमाणे :

क्र.	कीडनाशकाचे नाव	कमाल अवशेष मर्यादा
१.	Chlormeqatchloride	१.०
२.	Tridemorph	०.५
३.	Penconazole	०.२
४.	Myclobutanil	१.०
५.	Cymoxanil	०.१
६.	Tridimefon	२.०
७.	Fosetyl-AL	१०
८.	Dimethomorph	०.०५
९.	Propineb	०.५

युरोपीय देशांना द्राक्ष निर्यातीकरिता द्राक्ष बागायतदारांनी पुढील बाबींची पूर्तता व नियोजन करणे आवश्यक आहे.

२०१७-१८मध्ये एकूण ३४,९६७ द्राक्ष बागायतदारांनी युरोपीय व इतर देशांना द्राक्ष निर्यातीकरिता ग्रेपनेटअंतर्गत नोंदणी केली आहे. सदर नोंदणीकृत द्राक्ष बागायतदारांनी २०१८-१९ करिता ग्रेपनेटअंतर्गत द्राक्ष बागांचे नूतनीकरण करून घेणे आवश्यक आहे. तसेच, ज्या द्राक्ष बागायतदारांना नव्याने द्राक्ष बागांची नोंदणी करावयाची आहे त्यांनीही आपल्या बागांची नोंदणी ग्रेपनेट या ऑनलाईन प्रणालीवर ३१ डिसेंबर २०१९ पूर्वी संबंधित जिल्हा अधीक्षक कृषी अधिकारी तथा नोंदणी अधिकारी यांच्याकडे करावी.

नोंदणीकृत बागायतदारांची कर्तव्ये व जबाबदाऱ्या

१. बागेतील कीड व रोग यांच्या नियंत्रणाकरिता आरएमपी व शिफारस केलेल्या औषधांचा वापर करावा. त्यांचा सविस्तर तपशील विहित केलेल्या प्रपत्रात ठेवावा.
२. मुदतबाह्य व बंदी घातलेल्या औषधांचा वापर करू नये.
३. एकाच औषधाची सलग फवारणी करू नये.
४. उर्वरित अंश तपासणी करण्याकरिता नमुने घेतल्यानंतर औषधाची फवारणी करू नये.
५. औषधांच्या पीएचआरनुसार औषधांची फवारणी करावी.
६. खरेदी केलेल्या सर्व औषधांचे व खतांचे रेकॉर्ड ठेवावे.
७. उर्वरित अंश तपासणी करण्याकरिता नमुने घेण्यापूर्वी तपासणी अधिकाऱ्यांकडून निर्यातक्षम द्राक्ष बागांची (४अ)मध्ये तपासणी करून घ्यावी.
८. युरोपीय देशांना निर्यातीकरिता ऑनलाईन ग्रेपनेटद्वारे फायटोसॅनिटरी प्रमाणपत्र देण्याकरिता पुणे, नाशिक, सांगली व सोलापूर येथे कृषी विभागामार्फत सुविधा निर्माण करण्यात आलेल्या आहेत. निर्यात करू इच्छिणाऱ्या उत्पादक शेतकरी निर्यातदारांनी त्यांची माहिती कृषी विभागाकडे देणे आवश्यक आहे.

युरोपीय देशांना निर्यातक्षम ताजी फळे व भाजीपाला निर्यात करताना त्यांना फायटोसॅनिटरी प्रमाणपत्र आवश्यक असते. त्यासाठी केंद्र सरकारने फायटोसॅनिटरी ॲथॉरिटी नियुक्त केलेले आहेत. त्यांचा तपशील पुढीलप्रमाणे :

क्र.	जिल्हा	फायटोसॅनिटरी ॲथॉरिटी
१.	पुणे	कृषी उपसंचालक (फलो-३), कृषी आयुक्तालय, पुणे
		कृषी अधिकारी (वि.प्र.), कृषी आयुक्तालय, पुणे
२.	नाशिक	कृषी उपसंचालक, जिल्हा अधीक्षक कृषी अधिकारी कार्यालय, नाशिक
		कृषी अधिकारी, जिल्हा अधीक्षक कृषी अधिकारी कार्यालय, नाशिक
३.	सांगली	कृषी उपसंचालक, जिल्हा अधीक्षक कृषी अधिकारी कार्यालय, सांगली
		कृषी अधिकारी, जिल्हा अधीक्षक कृषी अधिकारी कार्यालय, सांगली
४.	सोलापूर	कृषी उपसंचालक, जिल्हा अधीक्षक कृषी अधिकारी कार्यालय, सोलापूर
		कृषी अधिकारी, जिल्हा अधीक्षक कृषी अधिकारी कार्यालय, सोलापूर

क्र.	जिल्हा	फायटोसॅनिटरी ॲथॉरिटी
५.	लातूर	कृषी उपसंचालक, जिल्हा अधीक्षक कृषी अधिकारी कार्यालय, लातूर
६.	जालना	कृषी उपसंचालक, जिल्हा अधीक्षक कृषी अधिकारी कार्यालय, जालना
७.	सातारा	कृषी उपसंचालक, जिल्हा अधीक्षक कृषी अधिकारी कार्यालय, सातारा
८.	अहमदनगर	कृषी उपसंचालक, जिल्हा अधीक्षक कृषी अधिकारी कार्यालय, अहमदनगर

२०१८-१९करिता ग्रेपनेटअंतर्गत द्राक्ष बागायतदारांनी द्राक्ष बागांची नोंदणी करण्याकरिता पुढील बाबींची पूर्तता करावी :

१. नोंदणीकृत निर्यातक्षम द्राक्ष बागेचे नूतनीकरण ३१ डिसेंबर २०१९ पूर्वी करून घ्यावे.
२. नव्याने द्राक्ष बागेची नोंदणी करण्याकरिता विहित प्रपत्रात (प्रपत्र-२मध्ये) अर्ज, सोबत ७/१२ जोडून व फी भरून संबंधित नोंदणी अधिकारी तथा जिल्हा अधीक्षक कृषी अधिकारी यांच्याकडे १५ ऑक्टोबर २०१९ पासून अर्ज करावा.
३. निर्यातक्षम द्राक्ष बागेचे नोंदणी प्रमाणपत्र संबंधित नोंदणी अधिकाऱ्याकडून प्राप्त करून घ्यावे. तसेच नोंदणी प्रमाणपत्रात नमूद करण्यात आलेल्या सूचनांचे पालन करणे व योग्य ते रेकॉर्ड ठेवणे आवश्यक आहे.
४. निर्यातक्षम द्राक्ष बागांची संबंधित तपासणी अधिकाऱ्याकडून तपासणी करून घ्यावी आणि तपासणी अहवाल प्राप्त करून घ्यावा.
५. द्राक्षावरील किडी व रोग यांच्या नियंत्रणाकरिता वापरण्यात आलेल्या कीडनाशकांची नोंद प्रपत्र-३मध्ये ठेवून, सदरचे रेकॉर्ड तपासणी अधिकाऱ्याकडून साक्षांकित करून घ्यावे.
६. निर्यातक्षम द्राक्ष बागेचा नकाशा व बागेची ओळख दर्शवणारा फलक लावणे आवश्यक आहे.

❑

डाळिंब

भारत हा जगातील प्रमुख डाळिंब उत्पादक देश आहे; तर महाराष्ट्र हे प्रमुख डाळिंब उत्पादक राज्य आहे. दिवसेंदिवस डाळिंब पिकाखालील क्षेत्रात मोठ्या प्रमाणात वाढ होत आहे. राज्यात डाळिंबाची लागवड प्रामुख्याने नाशिक, सोलापूर, अहमदनगर, सांगली, पुणे, सातारा, उस्मानाबाद या जिल्ह्यांत मोठ्या प्रमाणात केली जाते. तसेच, बुलढाणा, जालना, बीड, औरंगाबाद, जळगाव व धुळे या जिल्ह्यांतही डाळिंबाचे क्षेत्र वाढत आहे.

भारतातून डाळिंब निर्यात ही प्रामुख्याने संयुक्त अरब अमिराती, बहारीन, ओमान, सौदी अरेबिया, श्रीलंका व बांगला देश इत्यादी देशांना केली जात होती. परंतु मागील दोन वर्षांपासून युरोपीय युनियनमधील इंग्लंड, जर्मनी, युनायटेड किंगडम, फ्रान्स, नेदरलँड, बेल्जियम इत्यादी देशांतही डाळिंब निर्यातीत वाढ होत आहे.

अरेबियन देशांपेक्षा युरोपीय देशांचे, गुणवत्ता, कीडनाशक उर्वरित अंश आणि कीड-रोग यांबाबतचे निकष अत्यंत कडक आहेत. निर्यातीकरिता युरोपीय देशांमध्ये जास्त संधी असल्याने त्या देशातील अटी व शर्तींच्या पूर्ततेची हमी देण्याकरिता २०१४-१५पासून राज्यात युरोपीय देशांना डाळिंब निर्यातीकरिता कीडनाशक उर्वरित अंश नियंत्रण योजनेची 'अनारनेट'द्वारे अंमलबजावणी करण्यात येत आहे.

युरोपीय देशांना डाळिंब निर्यातीकरिता आरएमपी (रेसिड्यू मॉनिटरिंग प्लॅन - अनारनेट)

युरोपीय देशांना निर्यात होणाऱ्या डाळिंबांमधील कीडनाशक उर्वरित अंश नियंत्रणाबाबत अपेडा, कृषी विभाग, डाळिंब संशोधन केंद्र आणि डाळिंब निर्यातदार व डाळिंब उत्पादक यांच्याशी, तसेच युरोपीय युनियनने केलेल्या सूचना व इतर सर्व बाबींचा विचार करून चालू वर्षापासून युरोपीय युनियन देशांना डाळिंब निर्यातीकरिता कीडनाशक उर्वरित अंश नियंत्रणाबाबत 'अनारनेट'द्वारे ऑनलाईन नियंत्रणाचे काम कृषी विभागामार्फत करण्यात आले आहे.

आरएमपीचा मुख्य उद्देश

१. निर्यातक्षम डाळिंब बागेतील कीडनाशकाचे उर्वरित अंश नियंत्रण करणे
२. निर्यातक्षम डाळिंब बागेतील किडी व रोग यांच्या नियंत्रणाकरिता राष्ट्रीय संशोधन केंद्र यांनी शिफारस केलेल्या औषधांचा वापर करणे
३. कीडनाशक उर्वरित अंश नियंत्रणाच्या आराखड्यानुसार, निर्धारित करण्यात आलेल्या उर्वरित अंशाच्या प्रमाणापेक्षा उर्वरित अंशचे प्रमाण जास्त आले तर,

त्यासाठी योग्य ती सुधारणा करण्याकरिता पद्धत निर्धारित करणे व त्यानुसार शेतकऱ्यांना मार्गदर्शन करणे

४. इंटरनेट अलर्ट माहितीसंदर्भात योग्य ती उपाययोजना / अंमलबजावणी करण्याची पद्धत निर्धारित करणे

निर्यातक्षम डाळिंब बागांची नोंदणी करण्याची पद्धत

युरोपीय देशांना डाळिंब निर्यात करू इच्छिणाऱ्या डाळिंब बागायतदारांना त्यांच्या डाळिंब बागेची कृषी विभागाकडे अनारनेटद्वारे नोंदणी करणे २०१४-१५पासून बंधनकारक करण्यात आलेले आहे.

२०१६-१७मध्ये युरोपीय युनियन व इतर देशांना ताजी फळे व भाजीपाला निर्यात करू इच्छिणाऱ्या उत्पादकांना त्यांच्या बागांची / शेतांची नोंदणी / नूतनीकरण हॉर्टिनेट ट्रेसेबिलिटी प्रणालीमध्ये नोंदणी करण्याकरिता महाराष्ट्रातील सर्व जिल्हा अधीक्षक कृषी अधिकारी यांना त्यांच्या कार्यक्षेत्रामध्ये नोंदणी अधिकारी म्हणून नियुक्त करण्यात आले आहे.

१. निर्यातक्षम शेतांच्या नोंदणीस / नूतनीकरणास व्यापक प्रसिध्दी देण्यासाठी तसेच नोंदणी / नूतनीकरण वेळेत करण्याकरिता स्थानिक वर्तमानपत्र, आकाशवाणी तसेच दूरदर्शन इत्यादी विविध प्रसिद्धी माध्यमांद्वारे प्रसिद्धी देण्यात यावी.

२. निर्यातक्षम उत्पादकांच्या तालुका स्तरावर बैठका आयोजित करून युरोपीय देशांना फळे व भाजीपाला निर्यात करू इच्छिणाऱ्या उत्पादकांना त्यांच्या शेताची नोंदणी / नूतनीकरण करण्याकरिता मार्गदर्शन करावे.

३. निर्यातक्षम डाळिंब बागांची नोंदणी करण्याकरिता प्रति प्लॉट (१ हेक्टर क्षेत्र) प्रमाणे फी आकारून नोंदणी प्रमाणपत्र दिले जाते.

४. अर्जासोबत बागेचा स्थळदर्शक नकाशा व गाव नमुना नंबर, ७/१२ ची प्रत जोडणे आवश्यक आहे.

५. नोंदणीचा कालावधी माहे १ ऑक्टोबर २०१८ ते ३१ मार्च २०१९ राहील.

६. खास मोहीम घेऊन सर्व अर्ज तालुका कृषी अधिकारी यांच्या कार्यालयात स्वीकारण्याची व्यवस्था करावी. नवीन नोंदणी / नूतनीकरण करण्याकरिता प्राप्त झालेल्या अर्जांमधील माहिती अपेडाच्या वेबसाईटवर भरण्याची / अद्ययावत करण्याची कार्यवाही करण्यात यावी; जेणेकरून निर्यातक्षम शेतांची नोंदणी / नोंदणीचे नूतनीकरण वेळेत करून शेतकऱ्यांना नोंदणी प्रमाणपत्र त्वरित उपलब्ध करून देणे शक्य होईल.

७. तालुका स्तरावर एका स्वतंत्र कर्मचाऱ्याची नियुक्ती करून सदर काम प्राधान्याने करावे.

८. यासंबंधीची सर्व प्रपत्रे apeda.gov.in या संकेतस्थळावर 'हॉर्टिनेट' या लिंकवर उपलब्ध आहेत.

नोंदणी अधिकाऱ्यांची कर्तव्ये व जबाबदाऱ्या

१. निर्यातक्षम शेतांची नोंदणी करण्याकरिता कार्यक्षेत्रातील शेतकऱ्यांमध्ये विविध प्रचार व प्रसार माध्यमांद्वारे जागृती करणे

२. निर्यातक्षम शेतांची नोंदणी करण्याकरिता शेतकऱ्यांनी करावयाचा अर्ज, तपासणी प्रपत्र-४ अ व ४ ब, पाक्षिक कीड व रोग सर्वेक्षण अहवाल (अपेंडिक्स सी), नोंदणीकृत शेतकऱ्यांनी ठेवावयाचे रेकॉर्ड (प्रपत्र-२ अ) इत्यादी विविध प्रपत्रे तीन प्रतींत छपाई करून घेणे

३. अर्ज प्राप्त झालेल्या शेतांची तपासणी करून घेऊन त्यांची नोंदणी करणे
४. नोंदणी केलेल्या उत्पादकांना पिकावरील किडी व रोग यांचे नियंत्रण करण्याकरिता केंद्रीय कीटकनाशक मंडळ व नोंदणी समिती यांनी शिफारस केल्यानुसार फक्त संबंधित पिकाला लेबल क्लेम मंजूर असलेली कीडनाशके वापरण्याबाबत तसेच संबंधित पिकासाठीच्या सुधारित पीक उत्पादन पद्धती, एकात्मिक कीड व्यवस्थापन, कीडनाशक उर्वरित अंश पातळी इत्यादींविषयी प्रशिक्षित करणे
५. नोंदणी केलेल्या शेतांतील पिकांवरील किडींच्या स्थितीबाबत पाक्षिक अहवाल तयार करून तो शेतकरी, निर्यातदार, पॅक हाउसधारक यांना उपलब्ध करून देणे
६. कार्यशाळा आयोजित करून शेतकरी, तपासणी अधिकारी व समन्वय अधिकारी यांना प्रशिक्षण देणे
७. तपासणी अधिकारी व समन्वय अधिकारी यांच्या कामाचे पर्यवेक्षण करणे

नोंदणी करण्याकरिता शेतकऱ्यांनी पुढील कागदपत्रांची पूर्तता करणे आवश्यक आहे :

१. विहित प्रपत्रात अर्ज
२. ७/१२ उतारा
३. बागेचा नकाशा
४. तपासणी अहवाल प्रपत्र-४ अ

वरीलप्रमाणे सर्व माहिती संबंधित मंडळ कृषी अधिकाऱ्यांकडे सादर केल्यानंतर मंडळ कृषी अधिकाऱ्यांमार्फत बागेची प्रत्यक्ष तपासणी करून प्रपत्र-४ अ मध्ये तपासणी अहवाल तयार करून संबंधित शेतकऱ्यांचा प्रस्ताव नोंदणी अधिकारी तथा जिल्हा अधीक्षक कृषी अधिकारी यांच्या कार्यालयाकडे पाठवल्यानंतर अनारनेट ऑनलाईन नोंदणी करण्यात येते; आणि संबंधित शेतकऱ्यांना एक वर्षाकरिता युरोपीय देशांना डाळिंब निर्यातीकरिता नोंदणी प्रमाणपत्र देण्यात येते. नोंदणी प्रमाणपत्रात कायमस्वरूपी नंबर देण्यात येतो. नोंदणी क्रमांकामध्ये राज्य कोड, जिल्हा कोड, तालुका कोड, गाव कोड, फार्म व प्लॉट कोड नंबर संगणकाद्वारे देण्यात येतो. त्या नंबरनुसार पुढील सर्व कार्यवाही ऑनलाईनद्वारे करण्यात येते.

नोंदणीकृत डाळिंब बागायतदारांच्या जबाबदाऱ्या व कर्तव्ये

१. डाळिंब बागेतील कीड-रोग यांच्या नियंत्रणाकरिता आरएमपी व शिफारस केलेल्या औषधांचा वापर करणे आणि त्यांचा सविस्तर तपशील विहित केलेल्या प्रपत्रात ठेवणे
२. मुदतबाह्य व बंदी घातलेल्या औषधांचा वापर न करणे
३. एकाच औषधाची सलग फवारणी न करणे
४. उर्वरित अंश तपासणी करण्याकरिता नमुने घेतल्यानंतर औषधाची फवारणी न करणे
५. औषधांच्या पीएचआरनुसार औषधांची फवारणी करणे
६. खरेदी केलेल्या सर्व औषधांचे व खतांचे रेकॉर्ड ठेवणे
७. उर्वरित अंश तपासणी करण्याकरिता नमुने घेण्यापूर्वी तपासणी अधिकाऱ्यांकडून निर्यातक्षम डाळिंब बागांची प्रपत्र-४ अ मध्ये तपासणी करून घेणे
८. युरोपीय देशांना डाळिंब निर्यातीकरिता ऑनलाईन अनारनेटद्वारे फायटोसॅनिटरी प्रमाणपत्र देण्याकरिता पुणे, नाशिक, सांगली व सोलापूर येथे कृषी विभागामार्फत सुविधा निर्माण करण्यात आलेल्या आहेत. डाळिंब निर्यात करू इच्छिणाऱ्या उत्पादक शेतकरी निर्यातदारांनी त्यांची माहिती कृषी विभागाकडे देणे आवश्यक आहे.

नोंदणीकृत डाळिंब बागायतदारांनी ठेवावयाचे रेकॉर्ड

१. डाळिंब बागेवरील कीड व रोग यांच्या नियंत्रणाकरिता वापरण्यात आलेल्या कीटकनाशकांचा सविस्तर तपशील विहित प्रपत्रात ठेवणे
२. औषधे व खते खरेदीचा तपशील ठेवणे
३. डाळिंबांची व बागेची नोंदणीकृत व नोंदणीनंतर उर्वरित अंश तपासणी करण्यापूर्वी प्रपत्र-४ अ व ४ ब मध्ये तपासणी अधिकाऱ्यामार्फत बागेची तपासणी करून घेऊन त्याचे रेकॉर्ड ठेवणे
४. उर्वरित अंश तपासणीकरिता डाळिंबांचे नमुने घेतल्यानंतर बागेत औषध फवारणी केली नसल्याचे हमीपत्र देणे

निर्यातक्षम डाळिंबांचे उत्पादन

जागतिक बाजारपेठेतील गुणवत्तेची मागणी लक्षात घेऊन डाळिंबाचे निर्यातक्षम उत्पादन घेण्यासाठी शेतकऱ्यांनी पुढील बाबींना विशेष महत्त्व दिले पाहिजे :

१. डाळिंब फळाची गुणवत्ता, आकार, रंग इत्यादींकरिता एकात्मिक सूक्ष्मद्रव्य व्यवस्थापनाचा वापर करणे
२. डाळिंब फळावरील किडी व रोग यांच्या नियंत्रणाकरिता एकात्मिक कीड व्यवस्थापनाची अंमलबजावणी करणे
३. फळामधील कीडनाशक उर्वरित अंशचे प्रमाण शक्य मर्यादेच्या आत राहण्यासाठी एकाच औषधाचा सलग वापर न करणे
४. रासायनिक खते व रासायनिक औषधे यांचा गरजेनुसार व आवश्यकतेनुसार वापर करणे
५. डाळिंबावरील किडी व रोग यांचे विशेषत: तेल्या रोगाच्या नियंत्रणाकरिता राष्ट्रीय डाळिंब संशोधन केंद्राने शिफारस केलेल्या औषधांचाच वापर करणे
६. गुड ॲग्रिकल्चर प्रॅक्टिसचा वापर करण्यासाठी ग्लोबलगॅप प्रमाणीकरण करून घेणे
७. फळांची काढणी, वाहतूक, हाताळणी व पॅकिंग, लेबलिंग योग्य प्रकारे करण्याकरिता योग्य त्या सुविधा निर्माण करणे
८. आकार, रंग व वजन यानुसार फळांची प्रतवारी करणे
९. वर्ग-१ दर्जाच्या मालाचे जास्तीत जास्त उत्पादन घेण्यासाठी नियोजन करणे

युरोपीय देशांना डाळिंब निर्यातीकरिता फायटोसॅनिटरी प्रमाणपत्र घेणे बंधनकारक आहे. कृषी विभागामार्फत कृषी विभाग, कृषी आयुक्तालय, साखर संकुल, पुणे ५ व जिल्हा अधीक्षक कृषी अधिकारी यांच्या कार्यालयातून डाळिंब निर्यातीकरिता फायटोसॅनिटरी प्रमाणपत्र देण्यात येते.

डाळिंब निर्यातीसाठी लागणारी गुणवत्ता

१. बियांचा रंग गडद गुलाबी असावा.
२. फळांचे वजन अंदाजे ३५० ग्रॅम ते ४५० ग्रॅम दरम्यानच असावे.
३. फळांचे कोपरे कमी होऊन गोलाई आलेली असावी.
४. सारख्या आकाराच्या फळांची एकत्र रचना करावी.
५. सुमारे १७ टक्के ब्रिक्स असावा.
६. फळे स्वच्छ असावीत. फळांवर ओरखडे, डाग, रोगाची लक्षणे, कीटकांनी पाडलेले डाग नसावेत.
७. फळांचा रंग तजेलदार, आकर्षक असावा. तसेच दाण्यांची चव चांगली असावी.
८. फळांमध्ये काळे दाणे नसावेत.
९. योग्य पक्वतेला फळधारणेनंतर १३५ दिवसांच्या आत फळांची काढणी करावी.

१०. निर्यातीकरिता डाळिंब पाठवताना आयातदारांच्या मागणीनुसार पॅकिंग करावे. आखाती देशांत प्रामुख्याने ५ किलो डाळिंबांचे पॅकिंग करावे लागते. इंग्लंड / युरोपीय देशात ३-४ किलो डाळिंबांचे पॅकिंग करावे लागते.

सर्वसाधारणपणे डाळिंबासाठी १६.७५ × ११.५ × ४.५ इंच आकाराचा बॉक्स वापरला जातो. प्रत्येक बॉक्समध्ये साधारणपणे १० / १२ / १५ नग बसतात. डाळिंबांची निर्यात हवाई किंवा समुद्र मार्गाने केली जाते. हवाई मार्गाने निर्यातीसाठी जास्त खर्च येतो. त्यामुळे प्रामुख्याने रिफर (रेफ्रिजरेटेड) कंटेनरद्वारे समुद्र मार्गाने निर्यात केली जाते. एका कंटेनरमध्ये ५ किलो वजनाचे साधारणपणे ४००० ते ४२०० बॉक्स बसतात. (फ्लेटायझेशनने सुमारे ३००० ते ३२०० बॉक्स बसतात.)

डाळिंब निर्यातीपूर्वी पीक संरक्षक औषधांबाबत घ्यावयाची काळजी व उपाय

- डाळिंब पिकावरील किडी व रोग यांचे नियंत्रण करण्याकरिता शिफारस केलेल्या औषधांचाच (कीटकनाशके / बुरशीनाशके) वापर करण्यात यावा. शिफारस न केलेल्या वा वापरास बंदी घातलेल्या औषधांचा वापर करू नये.
- औषधांची फवारणी शिफारस केलेल्या मात्रेत व योग्य वेळी व योग्य प्रमाणात करावी.
- उर्वरित अंशाचे प्रमाण युरोपीय कमिशन / कोडेक्स अलीयेनटींस कमिशन यांनी निर्धारित केलेल्या मर्यादेच्या आत असणे आवश्यक आहे.
- औषधांची फवारणी प्रशिक्षित व्यक्तीद्वारे व योग्य त्या मात्रेत व योग्य पद्धतीने करावी.
- वापर करण्यात आलेल्या औषधांचा तपशील ठेवावा.
- डाळिंबांची काढणी व अंतिम फवारणीमध्ये किती अंतर ठेवले होते, याचा तपशील ठेवावा
- फवारणी करण्याकरिता वापरण्यात आलेले फवारणी यंत्र व औषधे, कंटेनरची स्वच्छता काळजीपूर्वक करणे आवश्यक आहे; जेणेकरून त्यांचा इतर पिकांवर परिणाम होणार नाही.
- कीड व रोग यांच्या नियंत्रणाकरिता शिफारस केलेल्या औषधांची खरेदी ही अधिकृत कीटकनाशक विक्रेत्याकडून रितसर पावती घेऊन करावी.
- काढणीच्या एक महिना अगोदर निर्यातक्षम डाळिंब बागेतील डाळिंबाचा रँडम पद्धतीने नमुना घेऊन त्यामधील उर्वरित अंश तपासणीकरिता उर्वरित अंश चाचणी प्रयोगशाळेत पाठवताना नमुन्यासोबत स्पेअर शेड्युलची माहिती देण्यात यावी.
- डाळिंब पिकावरील किडी व रोग यांचे प्रभावीपणे नियंत्रण करण्याकरिता एकात्मिक कीड व्यवस्थापन पद्धतीचा अवलंब करावा. उर्वरित अंश चाचणी प्रयोगशाळेतील अहवालात उर्वरित अंशाचे प्रमाण शक्य मर्यादेच्या आत असेल तरच निर्यातीकरिता डाळिंबांची काढणी करावी.

डाळिंब पिकावरील किडी व रोग यांच्या नियंत्रणाकरिता केंद्रीय कीटकनाशक मंडळ व नोंदणी समिती - फरिदाबाद यांनी मंजूर केलेल्या लेबल क्लेम औषधांची यादी

क्र.	औषधाचे नाव	औषधाची मात्रा (मिग्रॅ/ली)	कमाल अवशेष मर्यादा (मिग्रॅ / किग्रॅ)	पूर्व हंगाम कालखंड (पीएचआय)
१.	**पीक संजीवक (डिफोलीएशन)**			
	इथोफॅन ३९ टक्के एसएल	१.०-२.५	०.०५	१३५
२.	**पानांवरील आणि फळांवरील ठिपके**			
	डायफेन कॉनॅझोल २५ ईसी	०.५-१.०	०.१०	६०
	इफ्रोबेनफॉस ४८ ईसी	१.०-१.५	०.०१	६०
	मेटीराम ५५ टक्के + पायरॅक्लोस्ट्रोबीन ५ टक्के डब्ल्यू जी	१.५-१.७५	०.०५-०.०२	१३०
	प्रोपीनेप ७० टक्के डब्ल्यू पी	३.०	०.०५	१००
३.	**रसशोषण करणाऱ्या किडी (मावा / तुडतुडे / पांढरी माशी / फळ पोखरणारी अळी व अनार बटरप्लाय)**			
	सायन्ट्रॉनिली प्रोले १०.२६ टक्के ओडी	०.७-०.९	०.०१	४०
४.	**स्केल इन्सेक्ट - स्टेम बोरर, बार्क इटिंग कॅटर पिलर**			
	क्यूनॉलफॉस २५ टक्के ईसी	०.५	०.०१	१८०

डाळिंब निर्यातीकरिता पूर्तता कराव्या लागणाऱ्या बाबी

१. विहित प्रपत्र-१ मध्ये अर्ज
२. आयातदार व निर्यातदार यांच्यात करण्यात आलेल्या कराराची प्रत (पहिल्यांदा)
३. प्रोफार्मा इनव्हाईसची प्रत
४. पॅकिंग लिस्ट
५. आयात-निर्यात कोड नंबर (पहिल्यांदा)
६. कीडनाशक उर्वरित अंश तपासणी अहवाल (युरोपीय देशांकरिता आवश्यक)
७. प्रतवारी ॲगमार्क प्रमाणपत्र (युरोपीय देशांकरिता आवश्यक)
८. विहित फी

वरील सर्व कागदपत्रांची पूर्तता केल्यानंतर संबंधित मालाची प्रत्यक्ष पाहणी करून आयातदार देशाच्या निकषानुसार मालाची गुणवत्ता आहे किंवा तसेच कीड व रोगमुक्त असल्याची खातरी करूनच संबंधित आयातदार देशाच्या प्लँट क्वारंटाईन ॲथारिटीचे फायटोसॅनिटरी प्रमाणपत्र दिले जाते. सदरच्या प्रमाणपत्राशिवाय डाळिंब निर्यात करता येत नाहीत. जागतिक बाजारपेठ ही स्पर्धेची बाजारपेठ आहे. त्या बाजारपेठेमध्ये वेळोवेळी होणाऱ्या बदलांची माहिती अद्ययावत करून घेण्यासाठी वेबसाईटचा वापर करणे अत्यंत आवश्यक आहे. कारण, बाजारपेठांची बरीचशी अद्ययावत माहिती व क्वारंटाईनविषयक माहिती ही वेबसाईटवर उपलब्ध

होत असल्याने त्याचा वापर करणे आवश्यक आहे. तसेच डाळिंबांच्या गुणवत्ता व इतर हमीकरिता प्रमाणीकरण करणे आवश्यक आहे. त्याचा फायदा निर्यातीबरोबरच स्थानिक बाजारपेठेतील सुपर मॉलद्वारे विक्रीकरिता निश्चित होणार आहे.

निर्यातक्षम शेतांच्या थेट नोंदणीसाठी 'अपेडा फार्मर कनेक्ट' मोबाईल ॲप

२०१७-१८मध्ये निर्यातक्षम फळे व भाजीपाला उत्पादन घेणाऱ्या शेतकऱ्यांना त्यांच्या मोबाईलवरून नोंदणीसाठी थेट अर्ज करता यावा यासाठी अपेडाने 'अपेडा फार्मर कनेक्ट' हे मोबाईल ॲप विकसित केलेले आहे. आधार क्रमांक, मोबाईल क्रमांक व ई-मेल पत्त्याच्या साहाय्याने शेतकऱ्यांनी एक वेळ या ॲपवर नोंदणी केल्यास हॉर्टिनेट ट्रेसेबिलिटी सिस्टिममधील द्राक्ष, डाळिंब, आंबा या फळांसाठी; तसेच भेंडी, कारली, मिरची, वांगी, दुधीभोपळा, शेवगा, गवार इत्यादी भाजीपाला पिकांच्या निर्यातक्षम शेतांची नोंदणी करता येते. त्यासाठी सदर मोबाईल ॲप अपेडाच्या वेबसाईटवरून किंवा गुगल Play Storeमधून उत्पादकांनी आपल्या मोबाईलवर डाऊनलोड करून घ्यावे. सदर मोबाईल ॲपवरून नोंदणीसाठी अर्ज केल्यास संबंधित शेतकऱ्यांना / अर्जदारांना त्यांच्या अर्जाची सद्य:स्थिती कळू शकेल. राज्यातील अधिकाधिक शेतकऱ्यांनी या सेवेचा लाभ घ्यावा, यासाठी आपल्या स्तरावरून प्रयत्न करावेत. त्यामुळे कार्यालयीन स्तरावर ऑनलाईन अर्ज करण्यासाठी लागणारा वेळ वाचेल आणि वेळेत नोंदणीची कार्यवाही करता येईल.

'आपले सरकार' या ऑनलाईन कार्यप्रणालीद्वारेसुद्धा निर्यातक्षम डाळिंब बागांची नोंदणी करण्याकरिता सुविधा उपलब्ध करून देण्यात आली आहे. सदर सुविधेचा वापर करण्यापूर्वी संबंधित शेतकऱ्याने www.aaplesarkar.mahaonline.gov.in या संकेतस्थळावर आधार कार्डची माहिती देऊन लॉग-इन करणे आवश्यक आहे. त्यानंतर त्यांना ऑनलाईन अर्ज करता येईल. तेव्हा सर्व संबंधित शेतकऱ्यांनी 'आपले सरकार' या पोर्टलचा वापर करावा.

युरोपीय देशांना डाळिंबांची निर्यात करण्याकरिता जास्तीत जास्त शेतकऱ्यांनी डाळिंब बागांची नोंदणी करावी. तालुक्यातील क्षेत्रीय पातळीवर काम करणारे कृषी सहायक, मंडळ कृषी अधिकारी, तालुका कृषी अधिकारी यांच्याशी संपर्क साधावा. अनारनेटबाबत अधिक माहितीसाठी www.apeda.com या संकेतस्थळांचा वापर करावा.

अधिक माहितीसाठी संचालक फलोत्पादन, कृषी आयुक्तालय, शिवाजीनगर, पुणे ४११ ००५ येथे संपर्क साधावा.

❑

व्हेजनेट

खुल्या जागतिक व्यापार करारामुळे कृषिमाल निर्यातीसाठी जागतिक बाजारपेठांमध्ये मोठ्या प्रमाणात संधी निर्माण झाल्या असल्या तरी काही आव्हानेही निर्माण झालेली आहेत. कृषिमाल निर्यातीबरोबरच त्याची गुणवत्ता, कीड-रोगमुक्त माल, उर्वरित अंशची हमी, तसेच वेष्टने व निर्यात होणाऱ्या मालाची थेट शेतापर्यंतची ओळख इत्यादी बाबींना जागतिक बाजारपेठेत विशेष महत्त्व प्राप्त झालेले आहे.

कृषिमाल निर्यातीला प्रोत्साहन देण्यासाठी व युरोपीय देशांना कीडनाशके उर्वरित अंशाची हमी देण्यासाठी राज्यात २०१६-१७पासून भाजीपाल्याकरिता अपेडाच्या वेबसाईटवर 'व्हेजनेट' नावाने ऑनलाईन प्रणाली सुरू करण्यात आली आहे. त्याचा तपशील पुढीलप्रमाणे :

निर्यातक्षम बागांची नोंदणी करण्याची पद्धत

२०१६-१७मध्ये युरोपीय युनियन व इतर देशांना ताजा भाजीपाला निर्यात करू इच्छिणाऱ्या उत्पादकांना त्यांच्या बागांची / शेतांची नोंदणी हार्टिनेट ट्रेसेबिलिटी प्रणालीमध्ये नोंदणी करण्याकरिता महाराष्ट्रातील सर्व जिल्हा अधीक्षक कृषी अधिकारी यांना त्यांच्या कार्यक्षेत्रामध्ये नोंदणी अधिकारी म्हणून नियुक्त करण्यात आले आहे.

१. निर्यातक्षम भाजीपाला शेतांच्या नोंदणीस / नूतनीकरणास व्यापक प्रसिद्धी देण्यासाठी तसेच नोंदणी / नूतनीकरण वेळेत करण्याकरिता स्थानिक वर्तमानपत्र, आकाशवाणी तसेच दूरदर्शन इत्यादी विविध प्रसिद्धी माध्यमांद्वारे प्रसिद्धी देण्यात यावी.
२. निर्यातक्षम भाजीपाला उत्पादकांच्या तालुका स्तरावर बैठका आयोजित करून युरोपीय देशांना भाजीपाला निर्यात करू इच्छिणाऱ्या उत्पादकांना त्यांच्या शेताची नोंदणी / नूतनीकरण करण्याकरिता मार्गदर्शन करावे.
३. निर्यातक्षम भाजीपाला बागांची नोंदणी करण्याकरिता प्रति प्लॉट (१ हेक्टर क्षेत्र) प्रमाणे फी आकारून नोंदणी प्रमाणपत्र दिले जाते.
४. अर्जासोबत बागेचा स्थळदर्शक नकाशा व गाव नमुना नंबर, ७/१२ ची प्रत जोडणे आवश्यक आहे.
५. खास मोहीम घेऊन सर्व अर्ज तालुका कृषी अधिकारी यांच्या कार्यालयात स्वीकारण्याची व्यवस्था करावी. नवीन नोंदणी / नूतनीकरण करण्याकरिता प्राप्त झालेल्या अर्जांमधील माहिती अपेडाच्या वेबसाईटवर भरण्याची / अद्ययावत करण्याची कार्यवाही करण्यात यावी; जेणेकरून निर्यातक्षम शेतांची नोंदणी /

नोंदणीचे नूतनीकरण वेळेत करून शेतकऱ्यांना नोंदणी प्रमाणपत्र त्वरित उपलब्ध करून देणे शक्य होईल.

६. तालुका स्तरावर एका स्वतंत्र कर्मचाऱ्याची नियुक्ती करून सदर काम प्राधान्याने करावे.

७. यासंबंधीची सर्व प्रपत्रे apeda.gov.in या संकेतस्थळावर 'हॉर्टिनेट' या लिंकवर उपलब्ध आहेत.

नोंदणी अधिकाऱ्यांची कर्तव्ये व जबाबदाऱ्या

१. निर्यातक्षम भाजीपाला शेतांची नोंदणी करण्याकरिता कार्यक्षेत्रातील शेतकऱ्यांमध्ये विविध प्रचार-प्रसार माध्यमांद्वारे जागृती करणे

२. निर्यातक्षम भाजीपाला शेतांची नोंदणी करण्याकरिता शेतकऱ्यांनी करावयाचा अर्ज, तपासणी प्रपत्र-४ अ व ४ ब, पाक्षिक कीड-रोग सर्वेक्षण अहवाल (अपेंडिक्स सी), नोंदणीकृत शेतकऱ्यांनी ठेवावयाचे रेकॉर्ड इत्यादी छपाई करून घेणे

३. अर्ज प्राप्त झालेल्या शेतांची तपासणी करून त्यांची नोंदणी करणे

४. नोंदणी केलेल्या उत्पादकांना पिकावरील कीड-रोग यांचे नियंत्रण करण्याकरिता केंद्रीय कीटकनाशक मंडळ व नोंदणी समिती यांनी शिफारस केल्यानुसार फक्त संबंधित पिकाला लेबल क्लेम मंजूर असलेली कीडनाशके वापरण्याबाबत, तसेच संबंधित पिकासाठीच्या सुधारित पीक उत्पादन पद्धती, एकात्मिक कीड व्यवस्थापन, कीडनाशक उर्वरित अंश पातळी इत्यादींविषयी प्रशिक्षित करणे

५. नोंदणी केलेल्या शेतांतील पिकांवरील किडींच्या स्थितीबाबत पाक्षिक अहवाल तयार करून तो शेतकरी, निर्यातदार, पॅक हाउसधारक यांना उपलब्ध करून देणे

६. कार्यशाळा आयोजित करून शेतकरी, तपासणी अधिकारी व समन्वय अधिकारी यांना प्रशिक्षण देणे

७. तपासणी अधिकारी व समन्वय अधिकारी यांच्या कामाचे पर्यवेक्षण करणे

नोंदणी करण्याकरिता शेतकऱ्यांनी पुढील कागदपत्रांची पूर्तता करणे आवश्यक आहे :

१. विहित प्रपत्रात अर्ज

२. ७/१२ उतारा

३. बागेचा नकाशा

४. तपासणी अहवाल प्रपत्र-४ अ

निर्यातक्षम भाजीपाला पिकांची नोंदणी व नोंदणीकृत बागांच्या पाक्षिक कीड-रोग सर्वेक्षण कामासाठी कार्यपद्धती व कामाचा कालावधी पुढीलप्रमाणे निर्धारित करण्यात आलेला आहे :

अ) नोंदणी (अर्जप्राप्तीनंतर एकूण १५ दिवस)		
१.	नोंदणीसाठी उत्पादक / निर्यातदार यांनी तालुका कृषी अधिकारी यांच्याकडे अर्ज सादर करणे	लागवडीनंतर १५ दिवसांत
२.	अर्ज प्राप्तीनंतर निर्यातक्षम शेताची पडताळणी / तपासणी करणे	१० दिवस
३.	नोंदणी प्रमाणपत्र पाठवणे	५ दिवस
ब) पाक्षिक कीड मॉनिटरिंग अहवाल (एकूण सहा दिवस)		
१.	निर्यातदारांनी विहित प्रपत्रात पाक्षिक कीड मॉनिटरिंगसाठी तालुका कृषी अधिकारी यांच्याकडे अर्ज सादर करणे	प्रत्येक महिन्याच्या १० व २५ तारखेस

२.	कीड मॉनिटरिंग करणे	५ दिवस
३.	कीड मॉनिटरिंग अहवाल पाठवणे	१ दिवस (प्रत्येक महिन्याच्या १० व २५ तारखेस)

वरीलप्रमाणे सर्व माहिती संबंधित मंडळ कृषी अधिकाऱ्यांकडे सादर केल्यानंतर मंडळ कृषी अधिकाऱ्यांमार्फत भाजीपाला बागेची प्रत्यक्ष तपासणी करून प्रपत्र-४ अ मध्ये तपासणी अहवाल तयार करून संबंधित शेतकऱ्यांचा प्रस्ताव नोंदणी अधिकारी तथा जिल्हा अधीक्षक कृषी अधिकारी यांच्या कार्यालयाकडे पाठवल्यानंतर व्हेजनेट ऑनलाईन नोंदणी करण्यात येते; आणि संबंधित शेतकऱ्यांना एक वर्षाकरिता युरोपीय देशांना भाजीपाला निर्यातीकरिता नोंदणी प्रमाणपत्र देण्यात येते. नोंदणी प्रमाणपत्रात कायमस्वरूपी नंबर देण्यात येतो. नोंदणी क्रमांकामध्ये राज्य कोड, जिल्हा कोड, तालुका कोड, गाव कोड, फार्म व प्लॉट कोड नंबर संगणकाद्वारे देण्यात येतो. त्या नंबरनुसार पुढील सर्व कार्यवाही ऑनलाईनद्वारे करण्यात येते.

नोंदणीकृत बागायतदारांची कर्तव्ये व जबाबदाऱ्या

१. बागेतील कीड-रोग नियंत्रणाकरिता आरएमपी व शिफारस केलेल्या औषधांचा वापर करणे आणि त्यांचा सविस्तर तपशील विहित केलेल्या प्रपत्रात ठेवणे
२. मुदतबाह्य व बंदी घातलेल्या औषधांचा वापर न करणे
३. एकाच औषधाची सलग फवारणी न करणे
४. उर्वरित अंश तपासणी करण्याकरिता नमुने घेतल्यानंतर औषधाची फवारणी न करणे
५. औषधांच्या पीएचआरनुसार औषधांची फवारणी करणे
६. खरेदी केलेल्या सर्व औषधांचे व खतांचे रेकॉर्ड ठेवणे
७. उर्वरित अंश तपासणी करण्याकरिता नमुने घेण्यापूर्वी तपासणी अधिकाऱ्यांकडून निर्यातक्षम भाजीपाला बागांची प्रपत्र-४ अ मध्ये तपासणी करून घेणे
८. युरोपीय देशांना भाजीपाला निर्यातीकरिता ऑनलाईन व्हेजनेटद्वारे फायटोसॅनिटरी प्रमाणपत्र देण्याकरिता पुणे, नाशिक, सांगली व सोलापूर येथे कृषी विभागामार्फत सुविधा निर्माण करण्यात आलेल्या आहेत. भाजीपाला निर्यात करू इच्छिणाऱ्या उत्पादक शेतकरी निर्यातदारांनी त्यांची माहिती कृषी विभागाकडे देणे आवश्यक आहे.

नोंदणीकृत बागायतदारांनी ठेवावयाचे रेकॉर्ड

१. बागेवरील कीड व रोग यांच्या नियंत्रणाकरिता वापरण्यात आलेल्या कीटकनाशकांचा सविस्तर तपशील विहित प्रपत्रात ठेवणे
२. औषधे व खते खरेदीचा तपशील ठेवणे
३. उर्वरित अंश तपासणीकरिता भाजीपाल्याचे नमुने घेतल्यानंतर बागेत औषध फवारणी केली नसल्याचे हमीपत्र देणे

नोंदणीकृत शेतकऱ्यांना लेबल क्लेम औषधांचा वापर करण्याबाबत मार्गदर्शन करण्यात येते. त्यामुळे नोंदणीकृत बागेतील माल निर्यातीबरोबरच स्थानिक बाजारातील ग्राहकांनाही कीडनाशके उर्वरित अंश मुक्त माल मिळण्यास मदतच होत आहे.

निर्यातक्षम व कीडनाशक उर्वरित अंश मुक्त उत्पादनासाठी शेतकऱ्यांनी पुढील बाबींवर लक्ष देणे आवश्यक आहे :

१. पिकावरील कीड व रोग यांच्या नियंत्रणाकरिता शिफारस केलेल्या औषधांचाच (कीटकनाशके / बुरशीनाशके) वापर करण्यात यावा.
२. शिफारस न केलेल्या व वापरास बंदी घातलेल्या औषधांचा वापर करू नये.
३. औषधांची फवारणी शिफारस केलेल्या मात्रेत, योग्य वेळी व योग्य प्रमाणात करावी.
४. युरोपीय कमिशन / कोडेक्स अलीयेनटीसीस कमिशन यांनी निर्धारित केलेल्या मर्यादेच्या आत उर्वरित अंशचे प्रमाण असणे आवश्यक आहे.
५. औषधांची फवारणी प्रशिक्षित व्यक्तीद्वारे योग्य पद्धतीने करावी.
६. वापर करण्यात आलेल्या औषधांचा तपशील लिहून ठेवावा.
७. भाजीपाल्याची काढणी व अंतिम फवारणीमध्ये किती अंतर ठेवले होते, याचा तपशील लिहून ठेवावा.
८. फवारणीकरिता वापरण्यात आलेली फवारणी यंत्रे व औषधे, कंटेनरची स्वच्छता काळजीपूर्वक करणे आवश्यक आहे.
९. कीड-रोग नियंत्रणाकरिता शिफारस केलेल्या औषधांची खरेदी अधिकृत कीटकनाशक विक्रेत्याकडून रीतसर पावती घेऊन करावी.
१०. काढणीच्या एक महिना अगोदर निर्यातक्षम बागेतील भाजीपाल्याचा रँडम पद्धतीने नमुना घेऊन त्यामधील उर्वरित अंश तपासणीकरिता प्रयोगशाळेत पाठवताना नमुन्यासोबत फवारणी शेड्यूलची माहितीही देण्यात यावी.
११. पिकावरील कीड व रोग यांचे प्रभावीपणे नियंत्रण करण्याकरिता एकात्मिक कीड व्यवस्थापन पद्धतीचा अवलंब करावा.
१२. उर्वरित अंश प्रयोगशाळेतील उर्वरित अंशचे प्रमाण विहित मर्यादेच्या आत असेल तरच निर्यातीकरिता शिफारस करावी.

युरोपीय देशांना निर्यातक्षम भाजीपाला निर्यात करताना त्यांना फायटोसॅनिटरी प्रमाणपत्र आवश्यक असते. त्यासाठी केंद्र सरकारने फायटोसॅनिटरी ॲथॉरिटी नियुक्त केलेले आहेत. त्यांचा तपशील पुढीलप्रमाणे :

क्र.	जिल्हा	फायटोसॅनिटरी ॲथॉरिटी
१.	पुणे	कृषी उपसंचालक, जिल्हा अधीक्षक कृषी अधिकारी कार्यालय, पुणे
		कृषी अधिकारी (वि.प्र.), कृषी आयुक्तालय, पुणे
२.	नाशिक	कृषी उपसंचालक, जिल्हा अधीक्षक कृषी अधिकारी कार्यालय, नाशिक
		कृषी अधिकारी, जिल्हा अधीक्षक कृषी अधिकारी कार्यालय, नाशिक
३.	सांगली	कृषी उपसंचालक, जिल्हा अधीक्षक कृषी अधिकारी कार्यालय, सांगली
		कृषी अधिकारी, जिल्हा अधीक्षक कृषी अधिकारी कार्यालय, सांगली
४.	सोलापूर	कृषी उपसंचालक, जिल्हा अधीक्षक कृषी अधिकारी कार्यालय, सोलापूर
		कृषी अधिकारी, जिल्हा अधीक्षक कृषी अधिकारी कार्यालय, सोलापूर
५.	अमरावती	कृषी उपसंचालक, जिल्हा अधीक्षक कृषी अधिकारी कार्यालय, अमरावती
६.	रत्नागिरी	कृषी उपसंचालक, जिल्हा अधीक्षक कृषी अधिकारी कार्यालय, रत्नागिरी
७.	सिंधुदुर्ग	कृषी उपसंचालक, जिल्हा अधीक्षक कृषी अधिकारी कार्यालय, सिंधुदुर्ग

क्र.	जिल्हा	फायटोसॅनिटरी ॲथॉरिटी
८.	लातूर	कृषी उपसंचालक, जिल्हा अधीक्षक कृषी अधिकारी कार्यालय, लातूर
९.	सातारा	कृषी उपसंचालक, जिल्हा अधीक्षक कृषी अधिकारी कार्यालय, सातारा
१०.	जालना	कृषी उपसंचालक, जिल्हा अधीक्षक कृषी अधिकारी कार्यालय, जालना
११.	अहमदनगर	कृषी उपसंचालक, जिल्हा अधीक्षक कृषी अधिकारी कार्यालय, अहमदनगर
१२.	ठाणे	कृषी उपसंचालक, जिल्हा अधीक्षक कृषी अधिकारी कार्यालय, ठाणे

जागतिक बाजारपेठेत ग्राहकांच्या आरोग्याच्या दृष्टिकोणातून जागरूकता निर्माण झाल्यामुळे, तसेच सॅनिटरी व फायटोसॅनिटरी कराराची अंमलबजावणी प्रगत व प्रगतिशील देशांमार्फत सुरू झाल्यामुळे आयातदारांमार्फत व प्रमुख आयातदार देशांमार्फत गुणवत्तेची व कीड-रोग मुक्ततेची मागणी दिवसेंदिवस वाढत आहे. त्यामुळे ट्रेसेबिलिटीला विशेष महत्त्व प्राप्त झाले आहे. म्हणूनच प्रमुख आयातदारांचा कल हा ट्रेडर-निर्यातदारऐवजी उत्पादक निर्यातदाराकडून आयात करण्याची मागणी वाढत आहे. भविष्यात याचा फायदा उत्पादक निर्यातदार यांना निश्चितच होणार आहे.

निर्यातक्षम भाजीपाला शेतांच्या थेट नोंदणीसाठी 'अपेडा फार्मर कनेक्ट' मोबाईल ॲप

२०१७-१८मध्ये निर्यातक्षम फळे व भाजीपाला उत्पादन घेणाऱ्या शेतकऱ्यांना त्यांच्या मोबाईलवरून नोंदणीसाठी थेट अर्ज करता यावा यासाठी अपेडाने 'अपेडा फार्मर कनेक्ट' हे मोबाईल ॲप विकसित केलेले आहे. आधार क्रमांक, मोबाईल क्रमांक व ई-मेल पत्त्याच्या साहाय्याने शेतकऱ्यांनी एक वेळ या ॲपवर नोंदणी केल्यास हॉर्टिनेट ट्रेसेबिलिटी सिस्टिममधील द्राक्ष, डाळिंब, आंबा या फळांसाठी; तसेच भेंडी, कारली, मिरची, वांगी, दुधीभोपळा, शेवगा, गवार इत्यादी भाजीपाला पिकांच्या निर्यातक्षम शेतांची नोंदणी करता येते. त्यासाठी सदर मोबाईल ॲप अपेडाच्या वेबसाईटवरून किंवा गुगल Play Storeमधून उत्पादकांनी आपल्या मोबाईलवर डाऊनलोड करून घ्यावे. सदर मोबाईल ॲपवरून नोंदणीसाठी अर्ज केल्यास संबंधित शेतकऱ्यांना / अर्जदारांना त्यांच्या अर्जाची सद्यःस्थिती कळू शकेल. राज्यातील अधिकाधिक शेतकऱ्यांनी या सेवेचा लाभ घ्यावा, यासाठी आपल्या स्तरावरून प्रयत्न करावेत. त्यामुळे कार्यालयीन स्तरावर ऑनलाईन अर्ज करण्यासाठी लागणारा वेळ वाचेल आणि वेळेत नोंदणीची कार्यवाही करता येईल.

अधिक माहितीसाठी संचालक फलोत्पादन, कृषी आयुक्तालय, शिवाजीनगर, पुणे ४११ ००५ येथे संपर्क साधावा.

❑

विभाग तिसरा

इतर महत्त्वाची माहिती

प्रमाणीकरणासाठी आवश्यक अर्जांचे नमुने

परिशिष्ट अ

युरोपीय युनियन ताजी फळे आणि भाजीपाला निर्यातीसाठी शेत नोंदणी / नूतनीकरण अर्ज

(शेतकऱ्यांनी कृषी विभागास सादर करणे)

प्रति,
नोंदणी अधिकारी तथा जिल्हा अधीक्षक कृषी अधिकारी
जिल्हा .... राज्य ....

विषय : युरोपीय युनियनला ताजी फळे व भाजीपाला निर्यातीसाठी शेत नोंदणी / नूतनीकरण याबाबत

महोदय,
कृपया पुढे दिलेल्या माहितीनुसार आपणास युरोपीय युनियनला ताजी फळे आणि भाजीपाला निर्यातीसाठी आपणांस युरोपीय युनियन माझे शेत नोंदणी / नूतनीकरण करण्याची विनंती आहे.

१.	शेतकऱ्याचे / उत्पादकाचे पूर्ण नाव		
	पित्याचे / पतीचे नाव		
	भागीदाराचे नाव		
	अ	पत्रव्यवहाराचा पत्ता	
		गाव	
		तालुका	
		जिल्हा	
		राज्य	
		एसटीडी कोडसहित दूरध्वनी क्रमांक	
		मोबाईल क्रमांक	
		ई-मेल पत्ता	

	ब	शेत / प्लॉट स्थळदर्शक नकाशा (सर्व बाजूंची पिके, प्लॉट नकाशा / लेआउट व फार्म / प्लॉट स्थान पत्ता (सर्व्हे क्रमांक / प्लॉट क्रमांक) (संलग्न करा)	
२.	फार्म नोंदणी क्रमांक (नूतनीकरणाबाबत)		
३.	एकूण फार्म क्षेत्र (हेक्टर)		
४.	फार्म ग्लोबल गॅप प्रमाणित आहे काय? उत्तर होय असल्यास एक प्रत संलग्न करावी.		
	प्रमाणपत्र क्रमांक		
	प्रमाणपत्र दिनांक		
	वैधता तारीख		
	प्रमाणपत्र देणाऱ्या एजन्सीचे नाव		
५.	भूखंडाची संख्या प्रत्येक प्लॉट क्षेत्रासह		

क्र.	पीक	क्षेत्र (हेक्टर)	झाडांची संख्या	सर्व्हे क्र. / प्लॉट क्र.	जात / वाण	लागवड / पेरणी दिनांक	काढणी तारीख (संभाव्य)	अंदाजे उत्पादन (टन)

६.	संबंधित पॅक हाउसधारकाचे नाव व पत्ता	
७.	नोंदणी / नूतनीकरण शुल्क (लागू असल्यास)	
८.	मागील वर्षीच्या निर्यातीचा तपशील	
	प्रमाण (टन)	
	निर्यातदाराचे नाव	
	पॅक हाउसचे नाव	
९.	गेल्या वर्षीच्या प्राप्त अपूर्तता / अपालन सूचना (लागू असल्यास)	

प्रमाणित करण्यात येते की, वर उल्लेख केलेली माहिती योग्य आहे. मी याद्वारे युरोपीय युनियन देशांमध्ये भाजीपाला आणि फळे निर्यात तपासणी व फायटोसॅनिटरी प्रमाणपत्रकरिता मानक ऑपरेटिंग प्रक्रिया (एसओपी) निर्धारित मार्गदर्शक तत्त्वे / अटी पालन करण्याची हमी देतो.

दिनांक :   (सही)

स्थळ :   शेतकऱ्याचे नाव

फळपिके आणि भाजीपाला पिके यांची नोंदणी करण्याकरिता करावयाच्या अर्जाचा नमुना

Appendix-A

Application for Registration / Renewal of farm for the export of Fresh Fruits / Vegetables to EU

(To be submitted by the farmer / exporter to State Dept. of Agriculture / Horticulture)

To,
The Registration Authority & Agriculture/Horticulture Officer
Taluka .... District .... State ....

Sub: Registration / Renewal of farm for the export of Fresh Fruits / Vegetables to EU-reg

Dear Sir,
You are requested to kindly register / renew my farm for export of Fresh Fruits / Vegetables to European Union as per details given below:

1.	Full name of the Farmer / Grower		
	Father's / Husband's name		
	Name of partners		
	a	Correspondence address	
		Village	
		Taluka	
		District	
		State	
		Telephone No with STD code No.	
		Mobile No.	
		E-mail address	
	b	Farm / Plot location address (Survey No / Plot No.) along with map / layout of the plot with indication of all sides of crop grown. (please attach)	
2.	Farm registration No. (In case of renewal)		

3.	Total Farm area (in Ha)	
4.	Whether Farm is the Global GAP certified if Yes, attach a copy	
	Certificate No.	
	Date of issue	
	Date of validity	
	Name of certification agency	
5.	Number of plots in the farm with area of each plot / No. of net houses / poly houses / green houses, if under protected cultivation.	

Sl. No.	Name of the crop	Area (in Ha)	Survey / plot No	Variety	Date of sowing / plantation	Date(s) of Harvesting (expected)	Estimated production (MT)

6.	Name & address of Pack –houses associated with	
7.	Registration / Renewal fee (If applicable)	
8.	Details about previous year export (Produce wise)	
	Quantity in MT	
	Name of Exporter	
	Name of Pack house	
9.	Whether any Non-compliance notification has been received during previous year	

It is certified that the information mentioned above is correct. We hereby undertake to abide by the guidelines / conditions stipulated in the Standard Operating Procedure (SOP) for Export Inspection & Phytosanitary Certification of Vegetable and Fruits to EU countries.

Date :

(Signature of the Farmer)

Place :

Name of the Farmer

नोंदणीकृत भाजीपाला पिकांचे कीड-रोग सर्वेक्षण करण्याकरिता करावयाच्या अर्जाचा नमुना

To,
Taluka Agriculture Officer,
...................., Dist. ....

Subject : Request for Fortnight Pest Monitoring (FPM) Report of ....Crop.

Applicant : .... (Exporters name and Address)

Respected Sir,
I have registered .... farms for .... crop for export to EU countries. As per requirement of SOP for phytosanitary certification of fresh fruits and vegetables (FFV) to EU, fortnight pest monitoring (FPM) is mandatory. Therefore you are requested to issue me a FPM report of following registered farmers.

Sr. no.	Name of farmer	Address with email	Mob. No.	Crop	Registration number	Date of Registration	Remark
1.							
2.							

Name of exporter & address :
Mobile number :
e-mail id :
Local representative :

1. Name :
2. Address :
3. Mobile no.:
4. Email :

Authorised Signatory
(Name : ....)
Company / Exporters Name with seal

Copy to,
1. Director Horticulture, commissionerate of Agriculture , Maharashtra state , Pune-5
2. District superintending Agriculture Officer for information

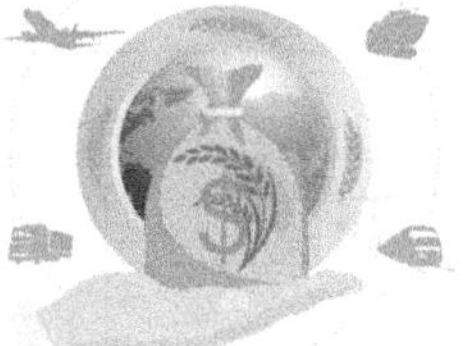

कृषी उद्योगासाठी प्रोत्साहनपर शासकीय योजना

महाराष्ट्रामध्ये कृषी उद्योगासाठीच्या संधी

महाराष्ट्राला हवामानस्थितीच्या विविधतेचे वरदान मिळालेले असून, येथे मातीच्या विविध प्रकारांनुसार आठ कृषी हवामान विभाग आहेत. कृषी स्त्रोताच्या उत्तम व्यवस्थापनाबरोबरच पिकाच्या विविधतेसाठी राज्याने राष्ट्रीय फळबाग मिशन (एनएचएम)अंतर्गत अत्यंत दूरगामी विचाराने धोरणांची आखणी केली आहे. त्याचप्रमाणे उच्च दर्जाच्या फळपिकाच्या उत्पादन, बाजारपेठ जोडणीला प्रोत्साहन आणि प्रक्रिया सुविधा उभारणी यांसाठी प्रयत्न केले आहेत. फळबागेखालील क्षेत्र सूक्ष्म सिंचनाखाली आणले असून ताज्या भाज्या व फळांच्या युरोपीय संघ आणि अन्य देशांकडे निर्यातीसाठी मागोवा प्रणाली (ट्रेसेबिलिटी सिस्टिम) विकसित केली आहे.

महाराष्ट्राने नेहमीच अत्याधुनिक तंत्रज्ञानाच्या स्वीकारासाठी पुढाकार घेतला आहे. महाराष्ट्राने फळबाग विकास, फळे व अन्य कृषी उत्पादनाच्या मूल्यवर्धन आणि निर्यातीमध्ये आघाडी घेतली आहे. वरील वस्तुस्थितीचा विचार करता कृषी-अन्न उद्योगामध्ये मोठ्या संधी आहेत. उदाहरणार्थ, पीक लागवड घटकांची आयात, रोपवाटिकांचा विकास, उतीसंवर्धन प्रयोगशाळांची उभारणी, भाज्यांच्या बीजोत्पादनाचा कार्यक्रम, फळपिकांची लागवड, शेतांचा विकास, निविष्ठा उत्पादन, शेती अवजारे, काढणीपश्चात सुविधांची निर्मिती– जसे, पॅक हाउस, पूर्वशितीकरण (प्री-कुलिंग), शीतगृह, पीकवणगृह, कृषी प्रक्रिया आणि जलसाठवण संरचना : शेततळे, सूक्ष्म सिंचन आणि फळे आणि भाज्यांची निर्यात.

दर्जेदार उत्पादन, प्रक्रिया आणि निर्यात यातून मूल्यवर्धन या विषयातील शेतकऱ्यांच्या नव्या कल्पनांना राज्य सरकार आणि केंद्र सरकार आर्थिक साहाय्य देऊ करते. कृषी व्यवसायाला प्रोत्साहन देण्यासाठी सरकारच्या पुढील योजना आहेत.

अपेडा योजना

पायाभूत सुविधांच्या विकासासाठी योजना

तपशील	आर्थिक साहाय्य
रेफ्रिजरेटेड वाहन सुविधा	४० टक्के, कमाल मर्यादा ७.५ लाख रुपये
मध्यम शेड	४० टक्के, कमाल मर्यादा १० लाख रुपये

तपशील	आर्थिक साहाय्य
यांत्रिक हाताळणी सुविधा	४० टक्के, कमाल मर्यादा २५ लाख रुपये
पूर्वशितीकरण युनिट उच्च आर्द्रतायुक्त शीतगृह	४० टक्के, कमाल मर्यादा २५ लाख रुपये
प्रक्रियेसाठी सुविधांची उभारणी	४० टक्के, कमाल मर्यादा २५ लाख रुपये
एकात्मिक काढणीपश्चात हाताळणी सुविधांची उभारणी	४० टक्के, कमाल मर्यादा २५ लाख रुपये
केबल कार्स (केळीसाठी)	४० टक्के, कमाल मर्यादा ७.५ लाख रुपये
व्हिएचटी, इलेक्ट्रॉनिक बीम प्रक्रिया किंवा किरणोत्सारिता सुविधांची उभारणी	४० टक्के, कमाल मर्यादा ५० लाख रुपये
सांडपाणी प्रक्रिया केंद्र उभारणी	४० टक्के, कमाल मर्यादा ३५ लाख रुपये

दर्जा विकासासाठी योजना

दर्जा तपासणीसाठीची उपकरणे बसवणे	५० टक्के, कमाल मर्यादा २५ लाख - व्यक्तिगत निर्यातदारासाठी
दर्जा व्यवस्थापन, दर्जा निश्चिती आणि दर्जा नियंत्रणप्रणाली बसवणे	५० टक्के, कमाल मर्यादा ५ लाख रुपये
प्रयोगशाळेचे अत्याधुनिकरण	५० टक्के खासगी प्रयोगशाळांसाठी ७५ टक्के राज्य सरकार आणि विद्यापीठ प्रयोगशाळांसाठी

बाजारपेठ विकासासाठी योजना

ब्रॅण्ड जाहिरात	२५ टक्के, कमाल मर्यादा ५० लाख रुपये
व्यवहार्यता अभ्यास	५० टक्के, कमाल मर्यादा १० लाख रुपये
पॅकिंग विकास	२५ टक्के, कमाल मर्यादा ५ लाख रुपये
वेबसाईट	www.apeda.nic.in

एमओएफपीआय योजना

तपशील	आर्थिक साहाय्य
तंत्रज्ञानामध्ये सुधारणा / एफपीआयचा विकास / आधुनिकीकरण (फळे आणि भाज्या, दूध, मांस, पोल्ट्री, मत्स्य उत्पादने, तृणधान्ये, अन्य ग्राहकोपयोगी खाद्यपदार्थ, भात / पीठ /कडधान्ये / तेल मील इत्यादी)	एकूण मान्य प्रकल्प, आणि यंत्रे आणि बांधकामाच्या २५ टक्के, कमाल मर्यादा ५० लाख रुपये

तपशील	आर्थिक साहाय्य
शीतसाखळी, मूल्यवर्धन योजना (फळ उत्पादनाव्यतिरिक्त) ज्यांना शीतसाखळीची गरज आहे अशी, डेअरी, मांस, मत्स्यपालन, सागरी आणि अन्य फळांशिवायची खाद्य उत्पादने	• बँकेने मंजूर केलेल्या प्रकल्प किमतीच्या ३५ टक्के, कमाल ५ कोटी रुपये • पाच वर्षे कालावधीसाठी ६ टक्के दराने व्याज अनुदान, बँक खात्यात, कमाल मर्यादा २ कोटी रुपये. पहिला हप्ता (२५ टक्के) प्रमोटरने २५ टक्के भाग आणि मुदत कर्जाच्या (टर्म लोन) २५ टक्के भाग खर्च केल्याची खातरी झाल्यानंतर देण्यात येईल. दुसरा (५० टक्के) अनुदान भाग हा प्रमोटरचा भाग आणि ७५ टक्के कर्ज खर्च झाल्याची खातरी झाल्यानंतर देण्यात येईल. तिसरा (२५ टक्के) अनुदान हिस्सा प्रकल्प कर्जाचा १०० टक्के खर्च पूर्ण झाल्यानंतर देण्यात येईल.
अन्न प्रक्रिया तंत्रज्ञानाच्या पदवी आणि पदविका कोर्स चालवण्यासाठी पायाभूत सुविधांच्या निर्मितीसाठी	कमाल साहाय्यता रक्कम १ कोटी रुपये, दोन हप्त्यांमध्ये प्रत्येकी ५० टक्के
ग्रामीण भागामध्ये प्राथमिक प्रक्रिया केंद्र / माल गोळा करणारी केंद्रासाठी योजना	अनुदान ५० टक्के, कमाल २.५० कोटी रुपये. यात जमिनीच्या खरेदीचा खर्च, पूर्व प्रक्रिया आणि आकस्मिक खर्च, अतांत्रिक बांधकाम आणि प्रक्रिया, आणि गोळा करण्याशी संबंधित नसलेले घटक ग्राह्य नाहीत. ५० टक्केप्रमाणे दोन हप्त्यात.
मटण विक्री दुकानाचे आधुनिकीकरण योजना	यंत्रे, उपकरणे आणि तांत्रिक बांधकामाच्या खर्चाच्या ५० टक्के अनुदान (TCW) कमाल ५ लाख रुपयांपर्यंत
शीतवाहनांची योजना	नवीन शीत वाहन/फिरत्या पूर्वशितीकरण व्हॅनच्या किमतीच्या ५० टक्के एका हप्त्यात, कमाल मर्यादा ५० लाख रुपये
जुन्या खाद्य पार्कसाठी योजना	सामान्य सुविधांच्या निर्मितीसाठी साहाय्यभूत अनुदान म्हणून प्रकल्प खर्चाच्या २५ टक्के, कमाल मर्यादा ४ कोटी रुपये
वेबसाईट	www.mofpi.nic.in

एनएचबी योजना

तपशील	आर्थिक साहाय्यभूत मदत
उत्पादनविषयक	मूलभूत अनुदान (बॅक एण्डेड कॅपिटल सबसिडी) प्रकल्प खर्चाच्या ४० टक्केपेक्षा अधिक नाही, कमाल रक्कम ५० लाख प्रति प्रकल्प (आदिवासी/ पर्वतीय प्रदेशासाठी ७५ लाख रुपये)
उच्च दर्जाची व्यावसायिक फळपिके	
भारतीय पिके / उत्पादने, सुगंधी आणि औषधी • बीज आणि रोपवाटिका • जैव तंत्रज्ञान, जैविक कीटकनाशके • सेंद्रिय खाद्यपदार्थ • उत्पादनाच्या प्राथमिक प्रक्रिया • फळबाग आरोग्य केंद्राची निर्मिती • सल्ला सेवा • मधमाशीपालन	
प्रक्रियाविषयक • प्रतवारी - पॅकेजिंग केंद्र • पूर्वशितीकरण केंद्र/ शीतगृह • शीतवाहन • विक्री केंद्रे • लिलावगृह • पिकवण केंद्र • वैशिष्ट्यपूर्ण वाहन इत्यादी	मूलभूत अनुदान (बॅक एण्डेड कॅपिटल सबसिडी) प्रकल्प खर्चाच्या ४० टक्केपेक्षा अधिक नाही, कमाल रक्कम ५० लाख प्रति प्रकल्प (आदिवासी/ पर्वतीय प्रदेशासाठी ७५ लाख रुपये)
वेबसाईट	www.nhb.nic.in

एमआयडीएच योजना

तपशील	आर्थिक साहाय्यभूत मदत
पॅक हाउस	मूलभूत अनुदान (बॅक एण्डेड कॅपिटल सबसिडी) प्रकल्प खर्चाच्या ४० टक्केपेक्षा अधिक नाही, कमाल रक्कम ५० लाख प्रति प्रकल्प (आदिवासी/पर्वतीय प्रदेशासाठी ७५ लाख रुपये)
गोळा करणे, प्रतवारी यासाठी पायाभूत सुविधा	मूलभूत अनुदान (बॅक एण्डेड कॅपिटल सबसिडी) सर्वसाधारण क्षेत्रासाठी प्रकल्प खर्चाच्या २५ टक्केपेक्षा अधिक नाही, कमाल रक्कम ३.७५ लाख रुपये आदिवासी / पर्वतीय प्रदेशासाठी ३३.३३ टक्के (३०:४०:३०, बांधकाम, यंत्रसामग्री, संपर्कव्यवस्था)

तपशील	आर्थिक साहाय्यभूत मदत
शीतवाहन	मूलभूत अनुदान (बॅक एण्डेड कॅपिटल सबसिडी) सर्वसाधारण क्षेत्रासाठी प्रकल्प खर्चाच्या २५ टक्केपेक्षा अधिक नाही, कमाल रक्कम ६ लाख रुपये आदिवासी / पर्वतीय प्रदेशासाठी ३३.३३ टक्के कमाल ८ लाख रुपये १.५-५ मेट्रीक टन क्षमता (३०:४०:३०, बांधकाम, यंत्रसामग्री, संपर्कव्यवस्था)
शीतगृह	मूलभूत अनुदान (बॅक एण्डेड कॅपिटल सबसिडी) सर्वसाधारण क्षेत्रासाठी प्रकल्प खर्चाच्या २५ टक्केपेक्षा अधिक नाही, कमाल प्रकल्प किंमत ५० लाख रुपये आदिवासी / पर्वतीय प्रदेशासाठी ३३.३३ टक्के कमाल ६६ लाख ४००० रुपये / मेट्रीक टनप्रमाणे १० ते ५००० मेट्रीक टन क्षमता
वेबसाईट	www.midh.gov.in

एसएफएसी योजना

तपशील	आर्थिक साहाय्यभूत मदत
शेतकऱ्यांशी जोडलेल्या बँकेबल प्रकल्पाच्या किमतीच्या ५० लाख रुपये इतके उपक्रम मूलभूत साहाय्य	प्रकल्प खर्चाच्या १० टक्के, कमाल ७५ लाख रुपयांपर्यंत व्याजरहित कर्ज पाच वर्षे कालावधीसाठी देण्यात येईल.
वेबसाईट	www.sfacindia.com

❑

कृषिमाल निर्यातीकरिता साहाय्य करणाऱ्या संस्था

जागतिक बाजारपेठेमध्ये नवीन उत्पादक निर्यातदारांना प्रोत्साहन देण्यासाठी, तसेच प्राथमिक खर्च कमी करून, उच्च दर्जाच्या सुविधा निर्माण करणे, त्यास योग्य त्या प्रमाणीकरणाची जोड देणे, यासाठी भारतात काही संस्था कार्यरत आहेत. जागतिक बाजारपेठांमध्ये उत्पादक निर्यातदारांचे अस्तित्व टिकून राहण्यासाठी, त्यांना योग्य तांत्रिक व आर्थिक साहाय्य करणाऱ्या प्रमुख संस्था मंडळांच्या कार्याची माहिती उत्पादक निर्यातदारांना असणे अत्यंत आवश्यक आहे.

अपेडा

कृषी आणि प्रक्रियायुक्त अन्नपदार्थांच्या निर्यातवाढीला वाव मिळावा, या उद्देशाने वाणिज्य मंत्रालयांतर्गत अपेडा (Agricultural Processed Products Export Development Authority : APEDA) या संस्थेची स्थापना करण्यात आली. कृषी आणि प्रक्रियायुक्त उत्पादनांची मोठ्या प्रमाणावर निर्यात व्हावी, त्यापासून अधिकाधिक चलन मिळावे, शेतकऱ्यांना आर्थिक उत्पन्नामध्ये भर पडून त्यांचे जीवनमान उंचवावे व रोजगाराची निर्मिती व्हावी, हे या संस्थेचे मुख्य उद्देश आहेत. तसेच, अपेडा ही एक्सपोर्ट प्रमोशन कौन्सिल म्हणून कार्य करते. सदर संस्थेमार्फत पुढील बाबींबाबत अर्थसाहाय्य केले जाते :

- निर्यातीसाठी सर्वेक्षण सल्ला केंद्र डाटाबेस तयार करण्यासाठी व बाजारपेठ शोधण्यासाठी शास्त्रोक्त अभ्यास करण्यासाठी
- मूलभूत सुखसोयी उपलब्ध करून देण्यासाठी
- विशिष्ट वाहतूक व्यवस्थेकरिता वाहनासाठी
- निर्यातदार उत्पादक, सहकारी संस्था व फेडरेशन यांच्यासाठी
- अंतर्गत साठवणुकीकरिता तसेच ग्रेडिंग व क्लिनिंगसाठी शेड उभारण्यासाठी
- यांत्रिक उपकरण ग्रेडिंग, वॉशिंग, वॅक्सिंग, रायपनिंग, पॅकेजिंग इत्यादी स्थापन करण्यासाठी
- पूर्वशितीकरण व उचित वायुसंचरण सुविधांसाठी
- समुद्री वाहतुकीपूर्व आंब्यासाठी फ्युमिगेशन, एक्स-रे, लिकनिंग, गरम पाण्याची ट्रीटमेंट इत्यादी सुविधा निर्माण करण्यासाठी
- वरील दिलेल्या योजनांपैकी किमान दोन किंवा त्यापेक्षा जास्त सुविधा असलेले एकात्मिक काढणीपश्चात संयंत्र निर्माण करण्यासाठी
- प्रदूषण नियंत्रण खाद्य प्रक्रियेनंतर निघालेल्या दूषित पदार्थांवर प्रक्रिया, पर्यावरण संरक्षणासाठी
- विशिष्ट प्रकारच्या, उदाहरणार्थ, अधिकतम आर्द्रता असलेली शीतगृहे, नियंत्रित पद्धतीची

साठवणूकगृहे इत्यादी स्थापित करण्यासाठी

- निर्यातीसाठी उत्तेजन व बाजारपेठ विकास करण्यासाठी
- नमुने व प्रसाराकरिता उत्पादनाशी संबंधित साहित्य व प्रसिद्धीपत्रक तयार करण्यासाठी
- निर्यातीकरिता निर्यात व विदेशी आयात करणाऱ्या उद्योजकांना भेटी
- विदेशात प्रदर्शन व निर्यात याकरिता प्रोत्साहन, आंतरराष्ट्रीय व्यापार मेळावे व चर्चासत्रात सहभागी होण्यासाठी
- पॅकेजिंग विकासासाठी, पॅकेजिंगची मानके व डिझाईन विकसित करण्यासाठी
- निर्यातदारांना 'अपेडा'तर्फे विकसित करण्यात आलेल्या मानकांप्रमाणे पॅकेजिंग साहित्य वापरण्यास प्रोत्साहन देण्यासाठी
- गुणवत्ता वापर व गुणवत्ता नियंत्रणासाठी
- निर्यातदार, उत्पादक, व्यापारी संघटना, सरकारचे विविध उपक्रम यांना गुणवत्ता नियंत्रणाकरिता प्रयोगशाळा स्थापन करण्यासाठी
- निर्यातीकरिता परीक्षणासाठी प्रयोगशाळांना मान्यता प्रदान करण्यासाठी व आधुनिकीकरणाकरिता
- पाणी परीक्षण, कीटकनाशक, उर्वरित अंश तपासणी, विषारी पदार्थ, कृषी पदार्थांमधील भेसळ इत्यादी तपासण्यासाठी
- अपेडा : दूरध्वनी क्रमांक
  दिल्ली : ०११-२६५१३२०४
  मुंबई : ०२२-२७८४०९४९
  वेबसाईट : www.apeda.com

भारतीय निर्यात पतहमी मंडळ
(Export Credit Guarantee Corporation of India Ltd.)

केंद्र सरकारच्या व्यापार मंत्रालयाच्या अखत्यारीतील संस्थांच्या संचालक मंडळात बँका, विमा संस्था आणि निर्यात संस्थांचे प्रतिनिधी असतात.

मुख्य उद्दिष्टे

- निर्यातीकरिता प्रोत्साहन देणे
- परदेशी व्यापाऱ्यांकडून मिळणाऱ्या पैशांची हमी मिळण्यासाठी मदत करणे
- उत्पादनाच्या निर्यातीमध्ये होणारे नुकसान भरून काढण्यासाठी पतहमी विमा योजनांची विस्तृत साखळी तयार करणे
- बँका तसेच पुरवठादार संस्थांना निर्यातदारांकडून हमी देणे
- देय रकमेवर निर्यातदारांना विमा संरक्षण देणे
- निर्यातसंबंधित उपक्रमांबद्दल मार्गदर्शन व माहिती देणे
- बँका तसेच वित्तीय संस्थांकडून सुलभ रूपात आर्थिक मदत मिळवून देणे
- परदेशी ग्राहकाच्या पत सत्यतेची माहिती पुरवणे
- मुख्य कार्यालय, मुंबई
  संपर्क क्रमांक : ०२२-६१४४८११२
  विभागीय कार्यालय, पुणे
  संपर्क क्रमांक : ०२०-२५५३१९९८
  वेबसाईट : www.ecgc.in

आयात-निर्यात बँक

ही बँक छोट्या व मध्यम आकाराच्या उद्योगांना निर्यातक्षम उत्पादनाच्या उद्योग उभारणीसाठी व निर्यातवाढीसाठी कर्जपुरवठा करते. आयात-निर्यातीसाठी पतपुरवठा करणारी ही एकमेव बँक आहे. सदर बँकेमार्फत परदेशी बाजारपेठेत उत्पादन यशस्वीपणे करणे, संशोधन व नियोजन, उद्योग पतपुरवठा, येणे वसुली, माहिती विश्लेषण सेवा, उद्योगांमध्ये व्यवहाराबाबत मार्गदर्शन करणे याबाबतीत मार्गदर्शन केले जाते.

- मुख्य कार्यालय, मुंबई
  संपर्क क्रमांक : ०२२-२२१८५२७२
  २२१७२६००
  विभागीय कार्यालय, पुणे
  संपर्क क्रमांक : ०२०-२६४५८५९९
  वेबसाईट : www.eximbankindia.in

आयटीपीओ
(Indian Trade Promotion Organisation)

या संस्थेची स्थापना व्यापार निर्यात मंडळ व व्यापार प्रदर्शन मंडळ यांच्या एकत्रीकरणातून करण्यात आली. सदर संस्थेकडून निर्यातवृद्धी कार्यक्रम, आंतरराष्ट्रीय बाजारपेठांमध्ये निर्यातवृद्धी बाजार सर्वेक्षण इत्यादींबाबत माहिती व सल्ला दिला जातो.

मुख्य उद्दिष्टे

- निर्यातीसंबंधी प्रदर्शने आयोजित करणे
- आयातदार, निर्यातदार भेट
- कार्यालय : दिल्ली
  ई-मेल : intp@itpo-online.com
  वेबसाईट : www.indiatradefair.com

चेंबर ऑफ कॉमर्स

भारतात उद्योगधंद्याच्या वाढीसाठी विविध व्यावसायिक ठिकाणी चेंबर ऑफ कॉमर्सची उभारणी करण्यात आली आहे.

मुख्य उद्दिष्टे

- उद्योग उभारणीसाठी मार्गदर्शक
- आंतरदेशीय व आंतरराष्ट्रीय विविध संस्थांशी पत्रव्यवहार
- निर्यातदारांबरोबर आयातदारांशी प्रत्यक्ष चर्चा
- आयातदारांची माहिती
- व्यावसायिक गुंतवणूक मार्गदर्शन
- आयात-निर्यात प्रशिक्षण
- कार्यालय

१. चेंबर ऑफ कॉमर्स, मुंबई
दूरध्वनी : ०२२-२२६१४६८१
वेबसाईट: www.bombaychamber.com

२. मराठा चेंबर ऑफ कॉमर्स अॅण्ड अॅग्रिकल्चर, पुणे
दूरध्वनी : ०२०-२५७०९१२१
वेबसाईट : www.mcciapune.com

महाराष्ट्र राज्य कृषी पणन मंडळ

महाराष्ट्र राज्य कृषी पणन मंडळामार्फत पुढील बाबींवर मार्गदर्शन करण्यात येते :

- आयात-निर्यात परवाना व अपेडा या संस्थेकडे रजिस्ट्रेशन करणे
- देशनिहाय व उत्पादननिहाय आयातदारांची माहिती उपलब्ध करून देणे
- निर्यातदार व कृषी पणन मंडळ निर्यातयोग्य मालाचा पुरवठा पॅकेजबाबत सहकार्य संस्था, तसेच शेतकरी यांना प्रत्यक्ष मार्गदर्शन
- केंद्र तसेच राज्य सरकारचे कृषिमाल निर्यातीबाबतचे विविध अनुदान योजनांचे प्रस्ताव तयार करून देणे
- मुख्यालय : पुणे
  संपर्क क्रमांक : ०२०-२४२६११९०
  वेबसाईट : www.msamb.com

नव्याने कृषिमाल निर्यातीमध्ये उत्सुक असलेल्या उत्पादक शेतकऱ्यांनी योग्य ती कागदपत्रे काढून वरील सर्व संस्था मंडळाचे सदस्य, सभासद झाल्यास निर्यातीसंदर्भात प्रोत्साहनपर योजनांच्या अर्थसाहाय्याचा लाभ घेता येईल. आपल्याशी संबंधित योजनांचा जास्तीत जास्त लाभ घेऊन निर्यातीमध्ये आपले अस्तित्व टिकवून ठेवण्यास मदत होईल.

❑

कृषी निर्यात क्षेत्रे

देशातील कृषिमालाची निर्यात वाढावी या दृष्टीने केंद्र सरकारच्या वाणिज्य मंत्रालयांतर्गत ॲग्रिकल्चरल प्रोसेस्ड प्रॉडक्ट्स एक्सपोर्ट डेव्हलपमेंट ऑथॉरिटी (अपेडा) ही संस्था कार्यरत आहे. या संस्थेने निर्यातीस चालना देण्याच्या दृष्टीने भारतात उत्पादित होणाऱ्या विविध शेतमालांसाठी क्षेत्रनिहाय विकास कार्यक्रम राबवण्यास सुरुवात केली आहे.

केंद्र सरकारतर्फे २००१मध्ये देशातील ज्या भागात मोठ्या प्रमाणात कृषिमालाचे उत्पादन होते, त्या भागात निर्यातक्षम आणि गुणवत्तापूर्ण उत्पादन करण्याकरिता काढणीपश्चात सुविधा निर्माण करून निर्यातीला प्रोत्साहन देण्याकरिता कृषी निर्यात क्षेत्र स्थापन करण्याचा निर्णय घेण्यात आला.

निर्यातीसाठी आवश्यक सोयीसुविधा व एकात्मिक प्रयत्न होणे गरजेचे असल्याने अपेडा संस्थेमार्फत कृषी निर्यात क्षेत्र घोषित करून निर्यातीसाठी एकात्मिक विकास कार्यक्रम हे विविध राज्यांच्या साहाय्याने राबवण्यात येतात. सध्या देशात ६० कृषी निर्यात क्षेत्र स्थापन करण्यात आली असून, महाराष्ट्रात आठ कृषी क्षेत्रे स्थापन करण्यात आली आहेत.

देशात स्थापन करण्यात आलेल्या कृषी निर्यात क्षेत्रांची पीकनिहाय स्थिती तक्ता क्र. २ मध्ये दिली आहे.

देशात एकूण २० राज्यांमध्ये ६० कृषी निर्यात क्षेत्रे स्थापन करण्यात आलेली आहेत. त्यातील काही प्रमुख राज्यात स्थापन करण्यात आलेल्या कृषी निर्यात क्षेत्रांची संख्या तक्ता क्र. १ मध्ये दिलेली आहे.

महाराष्ट्र राज्यात एकूण आठ कृषी निर्यात क्षेत्रे घोषित करण्यात आली असून, त्याचा पीकनिहाय तपशील तक्ता क्र. ४ प्रमाणे आहे. राज्यातील कृषिमालाच्या निर्यातीस भासणारी प्रमुख अडचण म्हणजे पायाभूत सुविधांचा अभाव होय. कृषी निर्यात क्षेत्रांतर्गत पायाभूत सुविधा निर्मितीसाठी खासगी, सहकारी गुंतवणूकदाराच्या सहभागाने पायाभूत सुविधा निर्मिती अपेक्षित आहे, तसेच या सुविधा उभारणीसाठी केंद्र सरकारच्या अपेडा, राष्ट्रीय बागवानी मंडळ आणि अन्नप्रक्रिया उद्योग मंत्रालय, तसेच राज्य सरकारच्या महाराष्ट्र राज्य फलोत्पादन अभियानांतर्गत अस्तित्वात असलेल्या योजनांमधून अनुदान उपलब्ध होणार आहे. अपेडा संस्थेच्या अर्थसाहाय्याने राज्यात सध्या कृषी निर्यात क्षेत्रात पणन मंडळ व महाराष्ट्र औद्योगिक विकास मंडळामार्फत पुढील ठिकाणी सुविधा निर्माण करण्यात आल्या आहेत. कृषी निर्यात क्षेत्रामध्ये काढणीपश्चात तंत्रज्ञान सुविधा निर्माण करण्यासाठी अपेडा, अन्नप्रक्रिया उद्योग मंत्रालय, राष्ट्रीय बागवानी मंडळ व राष्ट्रीय फलोद्यान अभियान यांच्यामार्फत अर्थसाहाय्य प्राधान्याने उपलब्ध होणार आहे.

याचा फायदा संबंधित शेतकरी, सहकारी संस्था व खासगी संस्था यांनी घेणे आवश्यक आहे. कृषी निर्यात क्षेत्रामध्ये निर्यातक्षम उत्पादन करण्यासाठी प्रशिक्षण देण्यासाठी कृषी विभाग, कृषी विद्यापीठ व केंद्र व राज्य सरकारच्या संस्था यांच्या सहकार्याने कृषी पणन मंडळ व महाराष्ट्र औद्योगिक विकास महामंडळ यांच्यामार्फत खास प्रयत्न करण्यात येत आहेत. यांचाही शेतकऱ्यांनी जास्तीत जास्त लाभ घेतला पाहिजे.

तक्ता क्र. १

क्र.	राज्य	कृषी निर्यात क्षेत्रांची संख्या
१.	महाराष्ट्र	८
२.	पश्चिम बंगाल	६
३.	आंध्र प्रदेश	५
४.	मध्य प्रदेश	५
५.	कर्नाटक	४
६.	उत्तरांचल	४
७.	उत्तर प्रदेश	४
८.	तमिळनाडू	४
९.	इतर राज्ये	२०
	एकूण	६०

तक्ता क्र. २

क्र.	प्रकार	पिके
१.	फळे	आंबा, द्राक्ष, डाळिंब, संत्रा, केळी, सफरचंद, अननस, लिची
२.	भाजीपाला	कांदा, लसूण, बटाटा, घर्किन, वालनट
३.	फुले	फुले
४.	तृणधान्य	गहू, बासमती तांदूळ
५.	कडधान्य	हरभरा, मसूर
६.	गळीत धान्य	तीळ
७.	मसाला पिके	आले, हळद, कोथिंबीर, मिरची
८.	औषधी व सुगंधी वनस्पती	व्हॅनिला, चहा

तक्ता क्र. ३

क्र.	नोडल एजन्सी	कृषी निर्यात क्षेत्र	संपर्क
१.	महाराष्ट्र राज्य कृषी पणन मंडळ, पुणे	हापूस आंबा, केशर आंबा, कांदा, केळी, संत्रा, डाळिंब	व्यवस्थापकीय संचालक, म.रा.कृ.प.म. दूरध्वनी : ०२०-२४२६११९० फॅक्स : ०२०-२४२७२०९५ इमेल : msamb@vsnl.com
२.	महाराष्ट्र औद्योगिक विकास महामंडळ, मुंबई	फ्लोरिकल्चर पार्क, वाईन पार्क	मुख्य कार्यकारी अधिकारी, म.औ.वि.मं. दूरध्वनी : ०२२-२२६१६५४७ फॅक्स : ०२२-२२६१६५४८ इमेल : ceo@midcindia.com

तक्ता क्र. ४

क्र.	कृषी निर्यात क्षेत्र	अंतर्गत जिल्हे	मंजुरी तारीख	नोडल एजन्सी
१.	हापूस आंबा	ठाणे, रायगड, रत्नागिरी, सिंधुदुर्ग	८ मार्च २००२	महाराष्ट्र राज्य कृषी पणन मंडळ, पुणे
२.	केशर आंबा	औरंगाबाद, जालना, बीड, लातूर, अहमदनगर, पुणे	३१ मार्च २००२	
३.	कांदा	नाशिक, अहमदनगर, पुणे, सातारा, सोलापूर	१५ जानेवारी २००३	
४.	डाळिंब	सोलापूर, सांगली, अहमदनगर, पुणे, नाशिक, उस्मानाबाद, लातूर	१४ मे २००३	
५.	संत्रा	नागपूर व अमरावती	९ नोव्हेंबर २००४	
६.	केळी	जळगाव, धुळे, नंदूरबार, बुलढाणा, परभणी, हिंगोली	८ नोव्हेंबर २००४	
७.	फुले	पुणे, नाशिक, कोल्हापूर, सांगली	३१ मार्च २००२	महाराष्ट्र औद्योगिक विकास महामंडळ, मुंबई
८.	द्राक्ष व मद्यार्क निर्मिती	नाशिक, सांगली, पुणे, सातारा, अहमदनगर, सोलापूर	८ फेब्रुवारी २००२	

निर्यात सुविधा केंद्र

महाराष्ट्र राज्य कृषी पणन मंडळ, पुणे	
कृषी निर्यात क्षेत्र	**निर्यात सुविधा केंद्र**
हापूस आंबा	नाचणे, जि. रत्नागिरी, जामसंडे, जि. सिंधुदुर्ग
केशर आंबा	जालना
कांदा	इंदापूर, जि. पुणे
संत्रा	आष्टी, जि. वर्धा (कार्यवाही चालू)
डाळिंब	बारामती, जि. पुणे

कृषी निर्यात क्षेत्र	निर्यात सुविधा केंद्र
केळी	सावदा, जि. जळगाव, वसमतनगर, जि. हिंगोली (कार्यवाही चालू)
महाराष्ट्र औद्योगिक विकास महामंडळ, मुंबई	
फुले	फ्लोरिकल्चर पार्क, तळेगाव
द्राक्ष व मद्यार्क निर्मिती	वाईन पार्क पलुस, जि. सांगली विंचूर, जि. नाशिक

❑

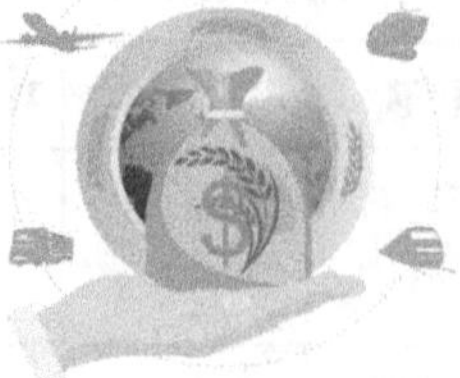

हॉर्टिनेट सुविधा

देशातून होणाऱ्या कृषिमालाच्या निर्यातीमध्ये महाराष्ट्र राज्याचा मोठा वाटा आहे. देशाच्या एकूण निर्यातीच्या ९८ टक्के द्राक्ष, ८५ टक्के आंबा, ८५ टक्के डाळिंब, १८ टक्के केळी, ४८ टक्के इतर फळे, ४८ टक्के कांदा, २६ टक्के भाजीपाला, १५ टक्के फुले, २० टक्के आंबा पल्प आणि ३६.५० टक्के प्रक्रिया केलेली फळे व भाजीपाला निर्यात आपल्या राज्यातून होते.

द्राक्ष बागांसाठी सुरू करण्यात आलेली ऑनलाईन ग्रेपनेट प्रणाली आता आंबा, डाळिंब, भाजीपाला या पिकांसाठी अनुक्रमे मँगोनेट, अनारनेट आणि व्हेजनेट यांच्या माध्यमातून राबवण्यात येत आहे. आता या सर्व प्रणाली अपेडा संस्थेच्या संकेतस्थळावर हॉर्टिनेट या नावाने एकत्रित उपलब्ध करण्यात आल्या आहेत.

१. ग्रेपनेट प्रणाली

देशातून कीडनाशक उर्वरित अंशमुक्त द्राक्ष फळे निर्यात व्हावीत तसेच निर्यात होणाऱ्या द्राक्षांची शेतस्तरापर्यंतची शृंखला आयातदार देशांच्या मागणीप्रमाणे उपलब्ध असावी यासाठी अपेडा या संस्थेने २००३-०४पासून 'रिसिड्यू मॉनिटरिंग प्लॅन फॉर ग्रेप्स' तयार केला असून त्यामध्ये उत्पादक ते निर्यातदार या द्राक्ष निर्यात प्रक्रियेमधील सर्व भागीदार संस्थांना सहभागी करून घेतले आहे. या आराखड्याची अंमलबजावणी करण्यासाठी अपेडा या संस्थेने ग्रेपनेट ही ऑनलाईन कार्यप्रणाली विकसित केली आहे. कृषी विभाग ही या कार्यप्रणालीच्या अंमलबजावणीमधील एक प्रमुख भागीदार संस्था आहे. ही कार्यप्रणाली युरोपियन युनियनमधील देशांना द्राक्ष फळे निर्यातीसाठी बंधनकारक आहे.

या आराखड्यानुसार निर्यातक्षम फळबागांची नोंदणी केलेल्या शेतकऱ्यांना नोंदणी प्रमाणपत्र देणे, जागेची तपासणी, शेतकऱ्यांना उत्पादन पद्धती, कीडनाशक लेबल क्लेम, एकात्मिक कीड व्यवस्थापन, कीडनाशक उर्वरित अंश पातळी, सर्व गोष्टींचे अभिलेख जतन करणे इत्यादींबाबत मार्गदर्शन आणि निर्यात होणाऱ्या कृषिमालाला फायटोसॅनिटरी प्रमाणपत्र देणे या कामांची जबाबदारी कृषी विभागाला देण्यात आली आहे.

राज्यात ही कार्यप्रणाली द्राक्ष उत्पादन असलेल्या नाशिक, जळगाव, पुणे, अहमदनगर, सोलापूर, सातारा, सांगली, औरंगाबाद, बीड, जालना, परभणी, लातूर, उस्मानाबाद, बुलढाणा या १४ जिल्ह्यांमध्ये राबवण्यात येत आहे. या व्यतिरिक्त इतर जिल्ह्यांमधील द्राक्ष उत्पादक आपल्या बागांच्या नोंदणीसाठी पुढे आल्यास त्यांनासुद्धा ही सोय उपलब्ध करून देण्यात येते.

संबंधित जिल्ह्याचे जिल्हा अधीक्षक, कृषी अधिकारी यांना नोंदणी अधिकारी म्हणून नियुक्त

केले आहे. नोंदणीकृत द्राक्ष बागांची तपासणी करण्यासाठी तसेच शेतकऱ्यांना कीड-रोगमुक्त व कीडनाशक उर्वरित अंशमुक्त द्राक्ष उत्पादन करण्यासंबंधी मार्गदर्शन करण्यासाठी राज्यात स्थानिक स्तरावरील सुमारे ७०० अधिकाऱ्यांना तपासणी अधिकारी म्हणून नियुक्त केलेले आहे.

ग्रेपनेट कार्यप्रणालीमध्ये द्राक्ष बागेची नोंदणी करण्यासाठी उत्पादक शेतकऱ्यांनी आपले अर्ज, शेताच्या स्थळदर्शक नकाशा आणि सात-बारा, ८ अ उताऱ्यासह सर्वसाधारणपणे १ ऑक्टोबर ते १५ डिसेंबर या कालावधीत ५० रुपये शुल्क भरून किंवा १०० रुपये विलंब शुल्कासह ३० डिसेंबरपर्यंत नजीकच्या कृषी विभागाच्या कार्यालयाला सादर करावा. द्राक्ष बाग नोंदणी प्रमाणपत्राची वैधता ही तीन वर्षांसाठी असली तरी दर वर्षी बागेचे नूतनीकरण करून घ्यावे लागते.

दर वर्षी साधारपणे ३०,००० शेतकरी या ग्रेपनेट कार्यप्रणाली सुविधेचा लाभ घेतात. त्याद्वारे राज्यातून ५,००० कंटेनरच्या माध्यमातून सुमारे ५०,००० मे. टनापेक्षा जास्त द्राक्ष फळांची युरोपियन युनियनमधील देशांना निर्यात केली जाते. युरोपियन युनियनमधील देशांबरोबरच इतर देश— उदाहरणार्थ, चीन, मलेशिया, कॅनडा इत्यादी देश— अशा प्रकारची बॅकवर्ड लिंकेजची मागणी करत आहेत.

२. मँगोनेट प्रणाली

निर्यात होणाऱ्या आंबा फळांमध्ये फळमाशी ही कीड युरोपियन युनियनमधील क्वारंटाईन पेस्ट म्हणून अतिशय महत्त्वाची आहे. या किडीच्या वाढत्या आढळामुळे २०१४मध्ये युरोपियन युनियनमध्ये भारतातील आंबा आयातीवर तात्पुरते निर्बंध घातलेले होते. हे निर्बंध शिथिल करण्याच्या प्रयत्नाचा एक भाग म्हणून तसेच भारतातून फळमाशीमुक्त आंबा निर्यात करण्यासाठी १ जानेवारी २०१५पासून मँगोनेट ही ऑनलाईन कार्यप्रणाली सुरू करण्यात आली. २०१५च्या आंबा हंगामामध्ये या प्रणालीचा फक्त पहिला टप्पा म्हणजे बॅकवर्ड लिंकेज स्थापित करणे ही बाब राबवण्यात आली. त्या हंगामामध्ये राज्यातील ३,८१३ शेतकऱ्यांनी या सुविधेचा लाभ घेतला व आपल्या आंबा बागांची मँगोनेट कार्यप्रणालीवर नोंदणी केली.

निर्यातक्षम फळबागांची नोंदणी, नोंदणी केलेल्या शेतकऱ्यांना नोंदणी प्रमाणपत्र देणे, बागेची तपासणी, शेतकऱ्यांना उत्पादन पद्धती, कीडनाशक लेबल क्लेम, एकात्मिक कीड व्यवस्थापन, कीडनाशक उर्वरित अंश पातळी, सर्व गोष्टींचे अभिलेख जतन करणे इत्यादींबाबत मार्गदर्शन आणि निर्यात होणाऱ्या कृषिमालाला फायटोसॅनिटरी प्रमाणपत्र देणे, या कामांची जबाबदारी कृषी विभागाला देण्यात आलेली आहे.

राज्यात ही कार्यप्रणाली आंबा उत्पादन असलेल्या ठाणे, पालघर, रायगड, रत्नागिरी, सिंधुदुर्ग, नाशिक, जळगाव, पुणे, अहमदनगर, सोलापूर, सातारा, सांगली, कोल्हापूर, जालना, बीड, औरंगाबाद, उस्मानाबाद, लातूर या १८ जिल्ह्यांमध्ये राबवण्यात येत आहे.

या व्यतिरिक्त इतर जिल्ह्यांमधील आंबा उत्पादक आपल्या बागांच्या नोंदणीसाठी पुढे आल्यास त्यांनासुद्धा ही सोय उपलब्ध करून देण्यात येते. राज्यातील संबंधित जिल्ह्याचे जिल्हा अधीक्षक कृषी अधिकारी यांना नोंदणी अधिकारी म्हणून नियुक्त केलेले आहे. नोंदणीकृत आंबा बागांची तपासणी करण्यासाठी तसेच शेतकऱ्यांना कीड-रोगमुक्त आंबा उत्पादन करण्यासंबंधी मार्गदर्शन करण्यासाठी राज्यात स्थानिक स्तरावरील अधिकाऱ्यांना तपासणी अधिकारी म्हणून नियुक्त केलेले आहे.

मँगोनेट कार्यप्रणालीमध्ये आंबा बागेची नोंदणी करण्यासाठी उत्पादक शेतकऱ्यांनी आपले अर्ज,

शेताच्या स्थळदर्शक नकाशा आणि सात-बारा, ८ अ उताऱ्यासह सर्वसाधारणपणे १ ऑक्टोबर ते १५ डिसेंबर या कालावधीत नजीकच्या कृषी विभागाच्या कार्यालयाला सादर करावा. आंबा बाग नोंदणी प्रमाणपत्राची वैधता ही तीन वर्षांसाठी असली तरी दर वर्षी बागेचे नूतनीकरण करून घ्यावे लागते. दर वर्षी साधारणपणे ४,००० शेतकरी या मँगोनेट कार्यप्रणाली सुविधेचा लाभ घेतात.

३. अनारनेट प्रणाली

देशातून कीडनाशक उर्वरित अंशमुक्त डाळिंब फळे निर्यात व्हावीत तसेच निर्यात होणाऱ्या डाळिंबाची शेतस्तरापर्यंतची शृंखला आयातदार देशांच्या मागणीप्रमाणे उपलब्ध असावी, यासाठी अपेडा या संस्थेने २००८-०९ पासून 'रिसिड्यू मॉनिटरिंग प्लॅन फॉर पोमग्रेनेड्स' तयार केला असून त्यामध्ये उत्पादक ते निर्यातदार या डाळिंब निर्यात प्रक्रियेमधील सर्व भागीदार संस्थांना सहभागी करून घेतले आहे. या आराखड्याची अंमलबजावणी करण्यासाठी अपेडा या संस्थेने अनारनेट ही ऑनलाईन कार्यप्रणाली विकसित केली आहे. कृषी विभाग ही या कार्यप्रणालीच्या अंमलबजावणीमधील एक प्रमुख भागीदार संस्था आहे.

या आराखड्यानुसार निर्यातक्षम फळबागांची नोंदणी केलेल्या शेतकऱ्यांना नोंदणी प्रमाणपत्र देणे, जागेची तपासणी, शेतकऱ्यांना उत्पादन पद्धती, कीडनाशक लेबल क्लेम, एकात्मिक कीड व्यवस्थापन, कीडनाशक उर्वरित अंश पातळी, सर्व गोष्टींचे अभिलेख जतन करणे इत्यादींबाबत मार्गदर्शन आणि निर्यात होणाऱ्या कृषिमालाला फायटोसॅनिटरी प्रमाणपत्र देणे या कामांची जबाबदारी कृषी विभागाला देण्यात आली आहे.

राज्यात ही कार्यप्रणाली डाळिंब उत्पादन असलेल्या नाशिक, जळगाव, पुणे, अहमदनगर, सोलापूर, सातारा, सांगली, औरंगाबाद, बीड, जालना, परभणी, लातूर, उस्मानाबाद, बुलढाणा या १४ जिल्ह्यांमध्ये राबवण्यात येत आहे.

या व्यतिरिक्त इतर जिल्ह्यांमधील डाळिंब उत्पादक आपल्या बागांच्या नोंदणीसाठी पुढे आल्यास त्यांनासुद्धा ही सोय उपलब्ध करून देण्यात येते. राज्यातील संबंधित जिल्ह्याचे जिल्हा अधीक्षक कृषी अधिकारी यांना नोंदणी अधिकारी म्हणून नियुक्त केले आहे. नोंदणीकृत डाळिंब बागांची तपासणी करण्यासाठी तसेच शेतकऱ्यांना कीड-रोगमुक्त व कीडनाशक उर्वरित अंशमुक्त द्राक्ष उत्पादन करण्यासंबंधी मार्गदर्शन करण्यासाठी राज्यात स्थानिक स्तरावरील अधिकाऱ्यांना तपासणी अधिकारी म्हणून नियुक्त केलेले आहे.

अनारनेट कार्यप्रणालीमध्ये डाळिंब बागेची नोंदणी करण्यासाठी उत्पादक शेतकऱ्यांनी आपले अर्ज, शेताच्या स्थळदर्शक नकाशा आणि सात-बारा, ८ अ उताऱ्यासह सर्वसाधारणपणे १ ऑक्टोबर ते ३१ डिसेंबरपर्यंत नजीकच्या कृषी विभागाच्या कार्यालयाला सादर करावा. डाळिंब बाग नोंदणी प्रमाणपत्राची वैधता ही तीन वर्षांसाठी असली तरी दर वर्षी बागेचे नूतनीकरण करून घ्यावे लागते. दर वर्षी साधारपणे २,५०० शेतकरी या अनारनेट कार्यप्रणाली सुविधेचा लाभ घेतात.

४. व्हेजनेट प्रणाली

निर्यात होणाऱ्या भाजीपाला पिकांमध्ये फूलकिडे, पांढरी माशी, फळमाशी या किडी युरोपियन युनियनमधील क्वारंटाईन पेस्ट म्हणून अतिशय महत्त्वाच्या आहेत. या किडींच्या वाढत्या आढळामुळे २०१४मध्ये युरोपियन युनियनमध्ये भारतातील वांगी, कारली, अळू पाने व पडवळ यांच्या आयातीवर तात्पुरते निर्बंध घातले होते. हे निर्बंध शिथिल करण्याच्या प्रयत्नाचा एक भाग म्हणून, तसेच भारतातून कीडमुक्त भाजीपाला निर्यात करण्यासाठी ऑगस्ट २०१५पासून व्हेजनेट

ही ऑनलाईन कार्यप्रणाली सुरू करण्यात आली.

या आराखड्यानुसार निर्यातक्षम शेतांची नोंदणी केलेल्या शेतकऱ्यांना नोंदणी प्रमाणपत्र देणे, शेतांची तपासणी, शेतकऱ्यांना उत्पादन पद्धती, कीडनाशक लेबल क्लेम, एकात्मिक कीड व्यवस्थापन, कीडनाशक उर्वरित अंश पातळी, नोंदणी केलेल्या भाजीपाला पिकांचा दर पंधरवड्यास कीड-रोग स्थितीचा अहवाल देणे, या सर्व गोष्टींचे अभिलेख जतन करणे इत्यादींबाबत मार्गदर्शन आणि निर्यात होणाऱ्या कृषिमालाला फायटोसॅनिटरी प्रमाणपत्र देणे या कामांची जबाबदारी कृषी विभागाला देण्यात आली आहे.

राज्यात ही कार्यप्रणाली भाजीपाला विशेषत: भेंडी उत्पादन असलेल्या ठाणे, पालघर, नाशिक, जळगाव, धुळे, पुणे, अहमदनगर, सोलापूर, सातारा, सांगली, कोल्हापूर, बीड, परभणी, लातूर, उस्मानाबाद या १५ जिल्ह्यांमध्ये राबवण्यात येत आहे.

या व्यतिरिक्त इतर जिल्ह्यांमधील भेंडी उत्पादक आपल्या शेतांच्या नोंदणीसाठी पुढे आल्यास त्यांनासुद्धा ही सोय उपलब्ध करून देण्यात येते. संबंधित जिल्ह्याचे जिल्हा अधीक्षक, कृषी अधिकारी यांना नोंदणी अधिकारी म्हणून नियुक्त केले आहे. नोंदणीकृत शेतांची तपासणी करण्यासाठी तसेच शेतकऱ्यांना कीड-रोगमुक्त भाजीपाला उत्पादन करण्यासंबंधी मार्गदर्शन करण्यासाठी राज्यात स्थानिक स्तरावरील सुमारे अधिकाऱ्यांना तपासणी अधिकारी म्हणून नियुक्त केलेले आहे.

व्हेजनेट कार्यप्रणालीमध्ये भेंडीच्या शेतांची नोंदणी करण्यासाठी उत्पादक शेतकऱ्यांनी आपले अर्ज, शेताच्या स्थळदर्शक नकाशा आणि सात-बारा, ८ अ उताऱ्यासह सर्वसाधारणपणे भेंडी लागवडीनंतर परंतु काढणीच्या एक महिना अगोदर नजीकच्या कृषी विभागाच्या कार्यालयाला सादर करावा. भेंडी पिकाच्या नोंदणी प्रमाणपत्राची वैधता ही त्या पिकाच्या हंगामापुरती मर्यादित असते. दर वर्षी साधारपणे २,००० शेतकरी या व्हेजनेट कार्यप्रणाली सुविधेचा लाभ घेतात.

❑

पिकांच्या उत्पादनात व निर्यातीत अन्नसुरक्षेचे महत्त्व

महाराष्ट्र राज्य हे फलोत्पादनामध्ये अग्रेसर असून राज्यात मोठ्या प्रमाणात फळे व भाजीपाला पिकाची व्यावसायिक दृष्टिकोणातून लागवड करून निर्यातक्षम दर्जाच्या मालाचे उत्पादन करण्याकडे शेतकऱ्यांचा कल वाढत आहे. खुल्या जागतिक व्यापारामध्ये कृषिमाल निर्यातीसाठी जागतिक बाजारपेठेत मोठ्या प्रमाणात संधी निर्माण झाल्या आहेत. त्याचबरोबर अन्नसुरक्षेच्या दृष्टिकोणातून विविध अटी व शर्तींची हमीची मागणी वाढत आहे.

राज्यात द्राक्ष, डाळिंब, आंबा, कांदा व इतर भाजीपाला पिकांचे मोठ्या प्रमाणात उत्पादन घेतले जाते. भारतातून फळे व भाजीपाल्याची निर्यात विविध देशांना केली जाते. त्यामध्ये महाराष्ट्राचा सिंहाचा वाटा आहे. एकूण देशाच्या निर्यातीपैकी ९८ टक्के द्राक्ष, ७६ टक्के आंबा, ४९ टक्के कांदा, २७ टक्के इतर फळे, १८ टक्के इतर भाजीपाला महाराष्ट्रातून निर्यात होतो. म्हणूनच महाराष्ट्र राज्य फलोत्पादन उत्पादन व निर्यात यामध्ये अग्रेसर राज्य आहे.

एकूण देशाच्या तुलनेत फळे, भाजीपाला व फुलेअंतर्गत ७.७ टक्के क्षेत्र महाराष्ट्रात असून देशाच्या १०.७ टक्के उत्पादन होते. महाराष्ट्र राज्य फळपिकाच्या उत्पादन व निर्यात यामध्ये अग्रेसर आहे.

क्र.	पिके	क्षेत्र (००० हेक्टर)		उत्पादन (००० मे. टन)		महाराष्ट्राची टक्केवारी	
		भारत	महाराष्ट्र	भारत	महाराष्ट्र	क्षेत्र	उत्पादन
१.	फळे	७,२१६	७४१	८८,९७७	१२,१६२	१०.००	१३.६०
२.	फुले	२५५	८	२,२९६	४४५	३.१०	१९.३०
३.	भाजीपाला	९,३९६	५५७	१,६२,८९६	१४,७९५	५.९०	९.००
	एकूण	१६,८६७	१,३०६	२,५४,१६९	२७,४०२	७.७४	१०.७८

भरारतातून फळे, भाजीपाला व फुले यांची युरोपियन युनियन व इतर देशांना आव्हानात्मक निर्यात केली जाते. १९९७-९८मध्ये १४८ कोटी, १९९४-९५मध्ये ५२६ कोटी तर २०१६-१७मध्ये १७,६३३ कोटीची फळे, भाजीपाला व फुले यांची निर्यात करण्यात आली आहे. दर वर्षी त्यात वाढ होताना दिसून येते. सदरची वाढ टिकून ठेवण्यासाठी अन्नसुरक्षेच्या दृष्टिकोणातून प्रमुख फळपिके,

भाजीपाला व इतर पिकांचे उत्पादन करताना विशेष काळजी घेणे क्रमप्राप्त झाले आहे. पीकनिहाय निर्यात व मूल्य यांचा तपशील पुढीलप्रमाणे :

देशातून निर्यात होणारी ताजी फळे (२०१६-१७) (मे. टन/कोटी रुपयांमध्ये)

कृषिमाल	महाराष्ट्र		भारत		राज्याचा हिस्सा (%)	
	निर्यात	निर्यातमूल्य	निर्यात	निर्यातमूल्य	निर्यात	निर्यातमूल्य
द्राक्षे	१,८७,२९६	१,९६०	२,३२,९४०	२,०८८	८०	९४
आंबा	३७,१८०	३६८	५३,१७७	४४६	७०	८३
केळी	३८,४८७	१३०	१,१०,८७२	३८८	३५	३४
डाळिंब	३९,५६८	३७२	४९,७५५	४९०	५९	७६
इतर ताजी फळे	६०,६२७	३०३	२,४९,३१२	९८१	२४	३१

देशातून निर्यात होणारा ताजा भाजीपाला व इतर कृषिमाल (२०१६-१७) (मे. टन/कोटी रुपयांमध्ये)

कृषिमाल	महाराष्ट्र		भारत		राज्याचा हिस्सा (%)	
	निर्यात	निर्यातमूल्य	निर्यात	निर्यातमूल्य	निर्यात	निर्यातमूल्य
कांदा	१३,१०,२७४	१,७०४	२४,१५,७५५	३,१०६	५४	५५
इतर भाजीपाला	१,९७,०५५	८२४	१०,०२,३९५	२,८१५	२०	२९
फुले	१५०५.९३	७७.३३	२२०८५.४७	५४८.७३	७	१४
आंबा पल्प	२३१७०.३३	१७५.४७	१३५६२०.६८	८६४.९४	१७	२०
इतर प्रक्रिया केलेली फळे व भाजीपाला	११९८८५.६१	१०५३.५१	३५१८३३.३३	३११६.०७	३४	३४

१९९५पासून देशात व राज्यात फळे, भाजीपाला व फुले या पिकांची व्यावसायिक पद्धतीने शेती करण्याकडे व आधुनिक तंत्रज्ञानाचा वापर करून चांगल्या दर्जाचे उत्पादन करण्याकडे शेतकऱ्याचा कल सातत्याने वाढत आहे. त्यामुळेच फळे व भाजीपाला पिकाखालील क्षेत्रात मोठ्या प्रमाणात वाढ होत असून विशेषतः राज्यातून युरोपियन युनियन व इतर देशांना फळे व भाजीपाला पिकांची मोठ्या प्रमाणात निर्यात होत आहे.

खुल्या जागतिक व्यापार करारामुळे कृषिमाल निर्यातीसाठी जागतिक बाजारपेठांमध्ये मोठ्या प्रमाणात संधी निर्माण झाल्या असल्या तरी काही आव्हानेही निर्माण झाली ओहत. कृषिमाल निर्यातीबरोबरच त्याची गुणवत्ता, कीड व रोगमुक्त,

उर्वरित अंशची हमी, अन्नसुरक्षा, तसेच वेष्टने व निर्यात होणाऱ्या मालाची थेट शेतापर्यंतची ओळख (Total treacibility) इत्यादी बाबींना जागतिक बाजारपेठेबरोबरच स्थानिक बाजारपेठेतही विशेष महत्त्व प्राप्त झालेले आहे.

निर्यातीबरोबरच स्थानिक बाजारपेठेत ग्राहकामध्ये आरोग्याच्या सुरक्षिततेच्या दृष्टिकोणातून जागरूकता निर्माण झालेली आहे. तसेच कीटकनाशकांच्या उर्वरित अंशमुळे मानवावर होणाऱ्या दुष्परिणामांचा विचार करता सेंद्रिय प्रमाणित शेतमाल व कीडनाशके उर्वरित अंश मुक्त शेतमालाच्या मागणीत वाढ होताना दिसून येत आहे. सदरची वास्तवता लक्षात घेऊन केंद्र सरकारने फूड सेफ्टी स्टँडर्ड ॲक्ट २०११ अन्वये कृषिमालातील कीडनाशके उर्वरित अंश व हेवी मेटलची अधिकतम मर्यादा निर्धारित करण्यात आली आहे. तसेच कीटकनाशकांचे मानवावर व प्राण्यांवर होणारे दुष्परिणाम कमी करण्याच्या दृष्टिकोणातून औषधांचा सुरक्षित व समंजसपणे वापर करून सुरक्षित अन्न उत्पादन करण्याकरिता Grow Safe Food या संकल्पनेची अंमलबजावणी करण्यात येत आहे.

फळे व भाजीपाला पिकातील कीडनाशके उर्वरित अंश तपासणी करण्याकरिता सरकारच्या पुणे व नागपूर येथे कीडनाशके उर्वरित अंश प्रयोगशाळा कार्यरत आहेत. सदर प्रयोगशाळेमार्फत स्थानिक बाजारपेठेबरोबरच निर्यातीकरिता फळे व भाजीपाला तपासणीच्या सुविधा उपलब्ध आहेत. त्याप्रमाणे अपेडाद्वारे खासगी एनएबील प्रमाणित कीडनाशके उर्वरित अंश तपासणी प्रयोगशाळांनाही प्राधिकृत केलेले आहे.

वरील वस्तुस्थिती लक्षात घेऊन केंद्र सरकारने प्रमुख फळे व भाजीपाला पिकावरील किडींच्या व रोगांच्या नियंत्रणाकरिता केंद्रीय कीटकनाशक मंडळ व नोंदणी समिती फरिदाबाद यांनी कायदेशीर प्रमाणित केलेल्या औषधांचाच वापर करण्याचे बंधनकारक करण्यात आलेले आहे. म्हणून येथून पुढे फळे व भाजीपाल्यातील कीडनाशके उर्वरित अंशमुक्ततेची हमी देण्याकरिता लेबल क्लेम औषधांचाच वापर करणे अपरिहार्य झालेले आहे.

कीटकनाशक अधिनियम १९६८ व कीटकनाशक नियम १९७१ अन्वये कीटकनाशकांचे उत्पादन व विक्रीकरिता केंद्रीय कीटकनाशक मंडळ व नोंदणी समिती फरिदाबाद यांच्याकडून नोंदणी प्रमाणपत्र घेणे बंधनकारक आहे. कीटकनाशकांची नोंदणी करताना त्याच्या विषाच्या तीव्रतेचे प्रमाण विचारात घेऊन त्याची नोंदणी केली जाते. नोंदणी प्रमाणपत्रासोबत लेबल व लिफलेट मंजूर करून दिले जाते. त्यामध्ये सदरचे औषध कोणत्या पिकाकरिता, कोणत्या किडी-रोगाकरिता व किती प्रमाणात वापरावयाचे, तसेच औषधांचा वापर केल्यानंतर त्यामधील उर्वरित अंशचे प्रमाण किती दिवसांपर्यंत मालात राहू शकते (पीएचआय) याचा सविस्तर तपशील दिलेला असतो. प्रत्येक औषधाच्या बाटलीसोबत घडीपत्रिकेच्या स्वरूपात स्थानिक भाषेबरोबरच इंग्लिश व हिंदी भाषेत तपशील देणे बंधनकारक आहे. म्हणून शेतकऱ्यांनी फळे व भाजीपाला पिकावरील किडी व रोगांचे नियंत्रण करण्याकरिता मंजूर लेबल क्लेम असलेल्या औषधांचीच अधिकृत परवानाधारक कीटकनाशक विक्रेत्याकडून रीतसर पावती घेऊनच औषधे खरेदी करावी, तसेच औषधासोबत घडीपत्रिकाही मागून घ्यावी.

निर्यातीला चालना देण्यासाठी तसेच युरोपीय देशांना द्राक्ष निर्यातीकरिता कीडनाशके उर्वरित अंशची हमी देण्यासाठी राज्या २००३-०४पासून द्राक्ष बागांसाठी सुरू करण्यात आलेली ऑनलाईन ग्रेपनेट प्रणालीच्या धर्तीवर आता आंबा, डाळिंब, भाजीपाला या पिकांसाठी अनुक्रमे मँगोनेट, अनारनेट आणि व्हेजनेट प्रणाली विकसित करण्यात

आली आहे. आता या सर्व प्रणाली अपेडा संस्थेच्या संकेतस्थळावर हॉर्टिनेट या नावाने एकत्रित उपलब्ध करण्यात आल्या आहेत.

कृषिमालाच्या निर्यातीला प्रोत्साहन देण्यासाठी २०१६-१७पासून राज्यतील सर्व जिल्ह्यांत हॉर्टिनेटची अंमलबजावणी करण्यात येत आहे. त्याचा तपशील पुढीलप्रमाणे आहे :

क्र.	हॉर्टिनेट	अंमलबजावणी
१.	ग्रेपनेट (द्राक्ष)	सर्व जिल्हे
२.	अनारनेट (डाळिंब)	सर्व जिल्हे
३.	मँगोनेट (आंबा)	सर्व जिल्हे
४.	व्हेजनेट (भाजीपाला)	सर्व जिल्हे

हॉर्टिनेटअंतर्गत नोंदणी केलेल्या बागेतील मालाला कीडनाशके उर्वरित अंशची युरोपियन युनियनला हमी देण्यासाठी द्राक्ष, डाळिंब, आंबा व भाजीपाला या पिकांसाठी कीडनाशक उर्वरित अंश आणि किडींच्या व्यवस्थापनासाठी अपेडा संस्थेमार्फत दर वर्षी आराखडा तयार करण्यात येतो. या आराखड्यानुसार निर्यातक्षम फळबागांची / शेतांची नोंदणी, नोंदणी केलेल्या शेतकऱ्यांना नोंदणी प्रमाणपत्र देणे, बागेची / शेताची तपासणी, शेतकऱ्यांना उत्पादन पद्धती, कीडनाशक लेबल क्लेम, एकात्मिक कीड व्यवस्थापन, कीडनाशक उर्वरित अंश पातळी, नोंदणी केलेल्या भाजीपाला पिकांचा दर पंधरवड्यास कीड / रोग स्थितीचा अहवाल देणे आणि या सर्व गोष्टींचे अभिलेख जतन करणे इत्यादींबाबत कृषी विभागातर्फे प्रशिक्षणाद्वारे मार्गदर्शन केले जाते. निर्यात होणाऱ्या कृषिमालाला फायटोसॅनिटरी प्रमाणपत्र देण्यासाठी कृषी विभागामार्फत जिल्हानिहाय फायटोसॅनिटरी प्रमाणपत्र इश्युइंग ऑथॉरिटी निश्चित करण्यात आलेल्या आहेत.

२०१६-१७पासून राज्यात ग्रेपनेट, मँगोनेट, अनारनेट व व्हेजनेट या ऑनलाईन कार्यप्रणालींची अंमलबजावणी करण्यात आली आहे. त्याचा फायदा जास्तीत जास्त शेतकऱ्यांनी घेणे आवश्यक आहे. सदर कार्यप्रणालीत जास्तीत जास्त शेतकऱ्यांचा सहभाग वाढवण्यासाठी वरील सर्व सेवा सेवाहमी कायद्यांतर्गत समाविष्ट करण्यात आल्या असून 'आपले सरकार' या पोर्टलवरून ऑनलाईन अर्ज करण्याची सुविधा उपलब्ध करून देण्यात आली आहे.

२०१८-१९मध्ये नोंदणी केलेल्या बागांचा तपशील पुढीलप्रमाणे आहे :

क्र.	हॉर्टिनेट	नोंदणी बागांची / शेतांची संख्या
१.	ग्रेपनेट (द्राक्ष)	४३,१७२
२.	अनारनेट (डाळिंब)	१,६६२
३.	मँगोनेट (आंबा)	८,८४७
४.	व्हेजनेट (भाजीपाला)	१,०१४
	एकूण	५४,६९५

२०१७-१८मध्ये निर्यातक्षम फळे व भाजीपाला उत्पादन घेणाऱ्या शेतकऱ्यांना त्यांच्या मोबाईलवरून नोंदणीसाठी थेट अर्ज करता यावा यासाठी अपेडाने 'अपेडा फार्मर कनेक्ट' हे मोबाईल ॲप विकसित केलेले आहे. सदर ॲपवर आधारक्रमांक, मोबाईल क्रमांक व ई-मेल पत्त्याच्या साहाय्याने शेतकऱ्यांनी एक वेळ या ॲपवर नोंदणी केल्यास हॉर्टिनेट ट्रेसेबिलिटी सिस्टिममधील द्राक्ष, डाळिंब, आंबा ही फळे तसेच भेंडी, कारली, मिरची, वांगी, दुधी भोपळा, शेवगा, गवार इत्यादी भाजीपाला पिकांच्या निर्यातक्षम शेतांची नोंदणी करता येते. त्यासाठी सदर मोबाईल ॲप अपेडाच्या वेबसाईटवरून किंवा मोबाईल ॲपमधून ॲप उत्पादकांनी आपल्या मोबाईलवर डाऊनलोड करून घ्यावे. सदर मोबाईल ॲपवरून

नोंदणीसाठी अर्ज केल्यास संबंधित शेतकऱ्यांना / अर्जदारांना त्यांच्या अर्जाची सद्य:स्थिती कळू शकेल. राज्यातील अधिकाधिक शेतकऱ्यांनी या सेवेचा लाभ घ्यावा, यासाठी आपल्या स्तरावरून प्रयत्न करावेत. त्यामुळे कार्यालयीन स्तरावर अर्ज ऑनलाईन करण्यासाठी लागणारा वेळ वाचेल आणि त्याद्वारे वेळेत नोंदणीची कार्यवाही करता येईल.

जागतिक बाजारपेठेत ग्राहकांच्या आरोग्याच्या दृष्टिकोणातून जागरूकता निर्माण झाल्यामुळे तसेच सॅनिटरी व फायटोसॅनिटरी कराराची अंमलबजावणी प्रगत व प्रगतिशील देशांमार्फत सुरू झाली आहे. त्यामुळे आयातदारांमार्फत व प्रमुख आयातदार देशांमार्फत गुणवत्तेची व कीड-रोग मुक्ततेची मागणी दिवसेंदिवस वाढत आहे. त्यामुळे ट्रेसेबिलिटीला विशेष महत्त्व प्राप्त झाले आहे. म्हणूनच प्रमुख आयातदारांचा कल हा ट्रेडर-निर्यातदाराऐवजी उत्पादक निर्यातदारांकडून आयात करण्याची मागणी वाढत आहे.

याचा भविष्यात निश्चितच फायदा उत्पादक निर्यातदार यांना होणार आहे. शेतकऱ्यांच्या गटाने एकत्रित येऊन शेतकऱ्यांची निर्यातदार कंपनी स्थापन करून जागतिक बाजारपेठांबरोबरच स्थानिक बाजारपेठांमधील ग्राहकांच्या आरोग्याच्या दृष्टिकोणातून उत्कृष्ट दर्जाच्या मालाचे उत्पादन करून त्यास आवश्यक असणारे प्रमाणीकरण करून निर्यात करण्यास मोठा वाव राहणार आहे. त्याचा शेतकऱ्यांनी जास्तीत जास्त फायदा करून घेतला पाहिजे. केंद्र व राज्य सरकारच्या विविध योजनांमार्फत फळे, फुले व भाजीपाला उत्पादक शेतकऱ्यांना मदत करण्यात येत आहे, याचाही शेतकऱ्यांनी लाभ घ्यावा.

हॉर्टिनेटअंतर्गत नोंदणी केलेल्या बागायतदार शेतकऱ्यांनी औषधाचा वापर करताना औषधांच्या प्रकारानुसार त्याचा वापर, साठवणूक योग्य प्रकारे करावी. रिकाम्या डब्याची / बाटलीची विल्हेवाट योग्य प्रकारे लावावी. तसेच उत्पादित करत असलेल्या कृषिमालावरील किडींचे व रोगांचे प्रभावीपणे नियंत्रण करण्याकरिता एकात्मिक कीड व्यवस्थापन पद्धतीचा अवलंब करावा. तसेच औषधांच्या लेबल क्लेमनुसार प्राथमिक अवस्थेमध्येच कीड-रोग नियंत्रणासाठी वापर करण्यात यावा.

ज्या औषधांचा पूर्वहंगाम कालखंड (पीएचआय) जास्त आहे, अशा औषधांचा फळे व भाजीपाल्यांसाठी काढणीपूर्व वापर करू नये. कारण पीएचआयचा कालावधी लक्षात न घेता औषधांचा वापर केल्यास आपण उत्पादित केलेल्या मालात कीडनाशके उर्वरित अंशचे प्रमाण जास्त राहण्याची शक्यता आहे. कीडनाशके उर्वरित अंशचे प्रमाण मर्यादेपेक्षा जास्त आढळून आल्यास त्याचा आरोग्यावर दुष्परिणाम होऊ शकतो. असा माल निर्यातीसाठीदेखील पाठवता येत नाही.

द्राक्षाबरोबरच इतर फळे व भाजीपाला पिकांच्या निर्यातक्षम दर्जाच्या उत्पादनाबरोबरच स्थानिक बाजारपेठेतील ग्राहकांच्या सुरक्षिततेच्या दृष्टिकोणातून भविष्यातील आव्हानांचा विचार करून कीडनाशक उर्वरित अंश व हेवी मेटल मुक्तची हमी देण्याकरिता लेबल क्लेम औषधांचाच वापर करण्याबाबत शेतकऱ्यांमध्ये जागरूकता निर्माण होणे आवश्यक आहे.

❑

कीड व रोग नियंत्रणाकरिता लेबल क्लेमचे महत्त्व

कीटकनाशकांच्या उर्वरित अंशामुळे मानवावर होणाऱ्या दुष्परिणामांचा विचार करता सेंद्रिय प्रमाणित शेतमाल व कीडनाशके उर्वरित अंशमुक्त शेतमालाच्या मागणीत वाढ होताना दिसून येत आहे. सदरची वास्तवता लक्षात घेऊन केंद्र सरकारने फूड सेफ्टी स्टँडर्ड अ‍ॅक्ट २००१ अन्वये कृषिमालातील कीडनाशके उर्वरित व हेवी मेटलच्या अंशाच्या अधिकतम मर्यादा निर्धारित करण्यात आलेल्या आहेत. तसेच कीटकनाशकांचे मानवावर व प्राण्यांवर होणारे दुष्परिणाम कमी करण्याच्या दृष्टिकोणातून औषधांचा सुरक्षित व समंजसपणे वापर करून सुरक्षित अन्न उत्पादन करण्याकरिता 'ग्रो शेफ फूड' या संकल्पनेची अंमलबजावणी करण्यात येत आहे.

वरील वस्तुस्थिती लक्षात घेऊन केंद्र सरकारने प्रमुख फळे व भाजीपाला पिकांवरील किडींच्या व रोगांच्या नियंत्रणाकरिता केंद्रीय कीटकनाशक मंडळ व नोंदणी समिती, फरिदाबाद यांनी कायदेशीर प्रमाणित केलेल्या (लेबल क्लेम) औषधांचाच वापर करणे बंधनकारक करण्यात आले आहे. म्हणून इथून पुढे फळे व भाजीपाल्यातील कीडनाशके उर्वरित अंशमुक्तची हमी देण्याकरिता लेबल क्लेम औषधांचाच वापर करणे अपरिहार्य झाले आहे.

कीटकनाशक अधिनियम १९६८ व कीटकनाशक नियम १९७१ अन्वये कीटकनाशकांचे उत्पादन व विक्री यांकरिता केंद्रिय कीटकनाशक मंडळ व नोंदणी समिती, फरिदाबाद यांच्याकडून नोंदणी प्रमाणपत्र घेणे बंधनकारक आहे. कीटकनाशकांची नोंदणी करताना त्यामधील विषाच्या तीव्रतेचे प्रमाण विचारात घेऊन त्याची नोंदणी केली जाते. त्यामध्ये सदरचे औषध कोणत्या पिकांकरिता, कोणत्या किडी व रोगांकरिता व किती प्रमाणात वापरावयाचे, तसेच औषधांचा वापर केल्यानंतर त्यामधील उर्वरित अंशाचे प्रमाण किती दिवसांपर्यंत मालात राहू शकते (पीएचआय), याचा सविस्तर तपशील दिलेला असतो. तो प्रत्येक औषधाच्या बाटलीसोबत घडीपत्रिकेच्या स्वरूपात स्थानिक भाषेबरोबरच इंग्लिश व हिंदी भाषेत तपशील देणे बंधनकारक आहे. म्हणून शेतकऱ्यांनी फळे व भाजीपाला पिकांवरील किडींचे व रोगांचे नियंत्रण करण्याकरिता मंजूर लेबल क्लेम असलेल्या औषधांचीच अधिकृत परवानाधारक कीटकनाशक विक्रेत्याकडून रितसर पावती घेऊनच खरेदी करावी, तसेच औषधासोबत घडीपत्रिकाही त्यांच्याकडून लगेच मागवून घ्यावी.

औषधाच्या तीव्रतेनुसार कीटकनाशकांचे चार प्रकारांत वर्गीकरण करण्यात आले आहे. त्याचा तपशील पुढीलप्रमाणे आहे :

क्र.	औषधाचा प्रकार	तीव्रतेचा प्रकार	एलडी ५०	विषाचा प्रकार	चिन्ह
१.	वर्ग-१	अत्यंत विषारी (Extremely Toxic)	१ ते ५०	Poison	तेजस्वी लाल
२.	वर्ग-२	जास्त विषारी (Highly Toxic)	५१ ते ५००	Poison	तेजस्वी पिवळा
३.	वर्ग-३	माफक विषारी (Moderately Toxic)	५०१ ते ५०००	Danger	तेजस्वी निळा
४.	वर्ग-४	किंचित विषारी (Slightly Toxic)	५००० पेक्षा जास्त	Caution	तेजस्वी हिरवा

शेतकऱ्यांनी औषधाचा वापर करताना औषधांच्या प्रकारानुसार त्याचा वापर, साठवणूक व रिकाम्या डब्याची / बाटलीची विल्हेवाट योग्य प्रकारे करणे आवश्यक आहे.

आपण उत्पादित करत असलेल्या कृषिमालावरील किडींचे व रोगांचे प्रभावीपणे नियंत्रण करण्याकरिता एकात्मिक कीड व्यवस्थापन पद्धतीचा अवलंब करण्यात यावा. तसेच औषधाच्या लेबल क्लेमप्रमाणेच प्राथमिक अवस्थेमध्येच याचा कीड व रोग नियंत्रणासाठी वापर करण्यात यावा.

ज्या औषधांचा पूर्वहंगाम कालखंड (पीएचआय) जास्त आहे, अशी औषधे, फळे व भाजीपाला त्यांच्या काढणीपूर्व वापरू नयेत. कारण पीएचआयचा कालावधी लक्षात न घेता औषधांचा वापर न केल्यास आपण उत्पादित केलेल्या मालात कीडनाशके उर्वरित अंशाचे प्रमाण जास्त राहण्याची शक्यता आहे.

मर्यादेपेक्षा जास्त कीडनाशके उर्वरित अंशाचे प्रमाण आढळून आल्यास त्याचा आरोग्यावर परिणाम होऊ शकतो. त्याचप्रमाणे असा माल निर्यातीसाठीदेखील पाठवता येत नाही.

फळे व भाजीपाला पिकातील कीडनाशके उर्वरित अंश तपासणी करण्याकरिता सरकारच्या पुणे व नागपूर येथे कीडनाशके उर्वरित अंश प्रयोगशाळा कार्यरत आहेत. सदर प्रयोगशाळेमार्फत स्थानिक बाजारपेठेबरोबरच निर्यातीकरिता फळे व भाजीपाला तपासणीच्या सुविधा उपलब्ध आहेत. त्याचप्रमाणे अपेडाद्वारे खासगी एनएबील प्रमाणित कीडनाशके उर्वरित अंश तपासणी प्रयोगशाळांनाही प्राधिकृत केलेले आहेत.

कृषिमालावरील किडींच्या व रोगांच्या नियंत्रणाकरिता लेबल क्लेमप्रमाणे अधिसूचित केलेल्या कीटकनाशकांची पीकनिहाय व औषधनिहाय अद्ययावत यादी www.cib&rc.com या वेबसाईटवर दिलेली आहे.

प्रमुख फळे व भाजीपाला पिकावरील किडींच्या व रोगांच्या नियंत्रणाकरिता केंद्रीय कीटकनाशक मंडळ व नोंदणी समिती, फरिदाबाद यांनी कायदेशीर प्रमाणित केलेल्या रसायनांची यादी

क्र.	पिकाचे नाव	किडीचे नाव	औषधाचे नाव	औषधाची मात्रा	पूर्वहंगाम कालखंड (पीएचआय) दिवस
			अ) फळपिके		
१.	आंबा	हॉपर	क्युफरोफेझीन २५ टक्के इसी	१-२ मिग्रॅ प्रति लीटर	२०
			इमिडियाक्लोरोप्रीड १७.८ टक्के एसएल	२-४ मिग्रॅ प्रति झाड	४५
			थॉयामेथीझॉन २५ टक्के डब्ल्यूजी	१०० ग्रॅम	३०
		पिठ्या ढेकूण	मॅलेथिऑन ५० टक्के इसी	२२५०-३००० मिग्रॅ प्रति हेक्टर	-
		भुरी रोग	कार्बनडॅझीम ४६.२७ टक्के एससी	०.१ टक्के किंवा १०० मिग्रॅ प्रति लीटर	१५
			पेंकोन्याझोल ५ टक्के ईसी	०.२ टक्के किंवा २०० मिग्रॅ प्रति लीटर	३०
			सल्फर ८० टक्के डब्ल्यू सी	३.१३ किग्रॅ प्रति हेक्टर	-
		केवडा रोग	अझास्ट्रोबीन २३ टक्के एससी कॉपर ऑक्झीक्लोराईड ५० टक्के डब्ल्यू जी	०.१ टक्के ०.२४ टक्के किंवा २४० ग्रॅम प्रति लीटर	५ १०
२	डाळिंब	फूलकिडे	सायट्रनिलीप्रोले १०.२६ टक्के	७५०	५
		पांढरी माशी	सायट्रनिलीप्रोले १०.२६ टक्के	९००	-
		मावा	सायट्रनिलीप्रोले १०.२६ टक्के	९००	-

क्र.	पिकाचे नाव	किडीचे नाव	औषधाचे नाव	औषधाची मात्रा	पूर्वहंगाम कालखंड (पीएचआय) दिवस
		स्केल	क्विनॉलफॉस २५ टक्के ईसी	४८००-६४०० मिग्रॅ प्रति हेक्टर	-
		केवडा	किट्याझोन ४८ टक्के ईसी	०.२० टक्के किंवा २०० मिग्रॅ प्रति २०० लीटर	१०
		लिफ व फ्रूटस्पॉट	प्रोपिनेल ७० टक्के डब्ल्यूपी	०.३० टक्के किंवा ३०० ग्रॅम प्रति १०० लीटर	१०
३	केळी	रायझोम व्हिवील	कार्बोफ्युरॉन ३ टक्के सिजी	३०० ग्रॅम प्रती झाड	-
		मावा	कार्बोफ्युरॉन ३ टक्के सिजी	१६६ ग्रॅम प्रती झाड	-
			फोरेट १० जी	२.५-१२.५ ग्रॅम प्रति झाड	-
			कार्बोफ्युरॉन ३ टक्के सिजी	५० ग्रॅम प्रति झाड	-
		बडरॉट	कॉपर ऑक्झीक्लोराईड ५० टक्के डब्ल्यूपी	२.५ ग्रॅम प्रति लीटर	-
		लिफस्पॉट	कॉपर ऑक्झीक्लोराईड ५० टक्के डब्ल्यूपी	२.५ ग्रॅम प्रति लीटर	-
		केळी करपा	मॅन्कोझेब ७५ टक्के डब्ल्यूपी	१.५-२ किलो प्रति १००० लीटर	-
४	काजू	ॲपल बोरर	हायक्लोरोव्हॅस ७६ टक्के इसी	९४०-१२५० मिग्रॅ प्रति १५०० ते २००० लीटर	-
५	पपई	भुरी रोग	थायोफोनेट मिथॉईल ७० टक्के डब्ल्यूपी	७१५ ग्रॅम प्रति ७५० ते १००० लीटर	४.८
६	पेरू	फळकुज	झायबेन ७५ टक्के डब्ल्यूपी	१.२-२ किग्रॅ प्रति ७५० ते १००० लीटर	-

क्र.	पिकाचे नाव	किडीचे नाव	औषधाचे नाव	औषधाची मात्रा	पूर्वहंगाम कालखंड (पीएचआय) दिवस
७	संत्रा	लाल कोळी	डायकोफॉल १८.५ टक्के इसी	२७००-४०५० मिग्रॅ प्रति १००० ते ५००० लीटर	-
		लिफ मायनर	इमिडॅक्लोरपीड १७.८ टक्के एसएल	५० किग्रॅ झाडाच्या आकारावर अवलंबून	१५
		सिट्रस कँकर	स्ट्रेप्टोमायसीन सल्फेट ९ टक्के + टेट्रासायक्लीन हायड्रोक्लोराईड	-	-
		पिठ्या ढेकूण	व्हर्टीसिलीएम लॅकानी १.१५ टक्के डब्ल्यूपी	२.५ किग्रॅ प्रती ५५० लीटर	-
८	द्राक्ष	केवडा रोग	मॅन्कोझेब ७५ टक्के डब्ल्यूपी	१.५-२.५ ग्रॅम प्रति लीटर	३५
			कॉपर ऑक्झीक्लोराईड ५० डब्ल्यूपी	२.५ ग्रॅम प्रति लीटर	४२
			क्लोरोथॅलोनील ७५ टक्के डब्ल्यूपी	२ ग्रॅम प्रति लीटर	६०
			फॉसेटील ए ८० टक्के डब्ल्यूपी	१.४-२ प्रति लीटर	७
		भुरी रोग	पेन्कोनॅझोल १० टक्के ईसी	०.५० मिली प्रति लीटर	५०
			हेक्झाकोन्याझोल ५ टक्के ईसी	१.० मिली प्रति लीटर	६०
			डायफेनोकोनॅझाला २५ टक्के ईसी	०.५० मिली प्रति लीटर	४५
			सल्फर ४० टक्के एससी	३ मिली प्रति लीटर	१५
		उडद्या भुंगेरे	ईमॅडाक्लोप्रीड १७.० टक्के एसएल	०.३० मिली प्रति लीटर	६०
			लॅम्डा सायलोथ्रीन ०.५ सिएस	०.५० मिली प्रति लीटर	३०

क्र.	पिकाचे नाव	किडीचे नाव	औषधाचे नाव	औषधाची मात्रा	पूर्वहंगाम कालखंड (पीएचआय) दिवस
		फूलकिडे	ईमॅमेक्टीन बेंझोएट ०.५ टक्के एसजी	०.२२ ग्रॅम प्रति लीटर	२५
			फिप्रोनिल ८० डब्ल्यूपी	०.०५ ग्रॅम प्रति लीटर	६०
		तुडतुडे	ईमॅडाक्लोप्रीड १७.८ टक्के एसएल	०.३० मिली प्रति लीटर	६०
			सँड्रानिलीप्रोल १० टक्के ओडी	०.७० मिली प्रति लीटर	६०
		पिठ्या ढेकूण	बुप्रोझीन २५ टक्के एससी	१.२५ मिली प्रति लीटर	४०
			मिथोमील ४० टक्के एसपी	१.० ग्रॅम प्रति लीटर	६१
ब) भाजीपाला पिके					
१	भेंडी	मावा	डायमिथोएट ३० टक्के ईसी	२३२० मिली प्रति ५०० ते १००० लीटर	-
			इमिड्याक्लोप्रीड ७० टक्के डब्ल्यूएस	३०३-५ ग्रॅम प्रति ३७५ ते १००० लीटर	३
			मॅलेथिऑन ५० टक्के ईसी	१००० मिली प्रति ५०० ते १००० लीटर	-
			अझॅडिरॅक्टीन ५ टक्के	२०० मिली प्रति ४०० लीटर	५
		तुडतुडे	क्युप्रोफेझीन ७० टक्के डीएफ	२८६ मिली प्रति ५०० लीटर	५
			सायपरमेथ्रीन २५ टक्के ईसी	१५०-२०० मिली प्रति ५०० लीटर	३
			फेनव्हेलरेट २० टक्के ईसी	३००-३७५ मिली प्रति ६०० ते ७५० लीटर	७

क्र.	पिकाचे नाव	किडीचे नाव	औषधाचे नाव	औषधाची मात्रा	पूर्वहंगाम कालखंड (पीएचआय) दिवस
			इमिडॅक्लोप्रीड १७.८ टक्के एसएल	१०० मिली प्रति ५०० लीटर	३
		फूलकिडे	इमिडॅक्लोप्रीड १७.८ टक्के एसएल	१०० मिली प्रति ५०० लीटर	३
			टोलफेनपायरेड १५ टक्के ईसी	१००० मिली प्रति ५०० लीटर	३
		फ्रूट बोरर	अझॅडिरॅक्टीन १ टक्के (०००० पीपीएम)	२५००-५००० मिली प्रति ५००-१००० लीटर	७
			इमॅमेक्टीन बेंझोएट ५ टक्के एसजी	१३५-१७० ग्रॅम प्रति ५०० लीटर	५
			क्विनॉलफॉस २० टक्के एएफ	१२५०-१५०० ग्रॅम प्रति ७५० ते १००० लीटर	७
			बिव्हेरीया बासीयाना १.१५ टक्के डब्ल्यूपी	३.७५-५ किलो प्रति ४०० ते ५०० लीटर	-
		पांढरी माशी	अझॅडिरॅक्टीन १ टक्के (१००० पीपीएम)	२५००-५००० मिली प्रति ५००-१००० लीटर	७
		लाल कोळी	डायक्लोफॉस १८.५ टक्के इसी	१३५०-२७०० मिली प्रति ५०० ते १००० लीटर	१५-२०
			पिरोमेसीफेस २२.९ टक्के ईसी	४००-५०० मिली प्रति ५०० लीटर	७
		भुरी रोग	क्विनॉलफॉस २० टक्के एएफ	८०० मिली प्रति ५०० ते १००० लीटर	-
			फेनप्रोमॅथ्रीन ३० टक्के ईसी	२५०-३०० मिली प्रति ७५० ते १००० लीटर	७
२	वांगी	फळ व खोड कीड	अझडिरॅक्टीन १ टक्के (१०००० पीपीएम)	१०००-५०० मिल प्रति ५०० लीटर	३
			क्लोरपायरीफॉस २० टक्के ईसी	१००० मिली प्रति ५०० ते १००० लीटर	-

क्र.	पिकाचे नाव	किडीचे नाव	औषधाचे नाव	औषधाची मात्रा	पूर्वहंगाम कालखंड (पीएचआय) दिवस
			इमामेक्टीन बेंझोएट ५ टक्के एसजी	२०० ग्रॅम प्रति ५०० लीटर	३
			डायमिथोएट ३० टक्के इसी	६६० मिली प्रति ५०० ते १००० लीटर	-
		लाल कोळी	फेनझॅक्वीन १० टक्के ईसी	१२५० मिली प्रति ५०० लीटर	७
			स्पिरोमेसीफेन २२.९ टक्के एससी	४०० ग्रॅम प्रति ५०० लीटर	५
		तुडतुडे	कार्बारिल ५० टक्के डब्ल्यूपी	२००० ग्रॅम प्रति ५०० ते १००० लीटर	५
			सायपरमेथ्रीन २५ टक्के ईसी	१५०-२०० मिली प्रति ५०० लीटर	१
			थॉयोमेटॉन २५ टक्के ईसी	१००० मिली प्रति ७५० ते १००० लीटर	-
		पांढरी माशी	डायोफेन्युरॉन ३ टक्के सिजी	६०० ग्रॅम प्रति ५०० ते ७५० लीटर	३
			फेनप्रोपायरीन ३० टक्के ईसी	२५०-३०० मिली प्रति ५०० ते ७५० लीटर	७
३	मिरची	फळकिडा	बॅसीलस थुरिंजेसीस	१.५-२ मिली प्रति १००० लीटर	-
			डेल्टामेथ्रीन २.८ टक्के ईसी	४००-५०० मिली प्रति ४०० ते ६०० लीटर	५
			इमामेक्टीन बेंझोएट ५ टक्के इसजी	२०० ग्रॅम प्रति ५०० लीटर	३
			स्पिनोसॅड ४० टक्के एससी	१६० ग्रॅम प्रति ५०० लीटर	३
			ल्युफेवरॉन ५.४ टक्के ईसी	६०० मिली प्रति ५०० लीटर	५
		मावा	क्विनॉलफॉस २५ टक्के ईसी	१००० मिली प्रति ५०० ते १००० लीटर	-

क्र.	पिकाचे नाव	किडीचे नाव	औषधाचे नाव	औषधाची मात्रा	पूर्वहंगाम कालखंड (पीएचआय) दिवस
			इमिडॅक्लोप्रीड १७.८ टक्के एसएल	१२५-२५० मिली प्रति ५०० ते ७०० लीटर	४०
		तुडतुडे	इमिडॅक्लोप्रीड १७.८ टक्के एसएल	१२५-२५० मिली प्रति ५०० ते ७०० लीटर	४०
		फूलकिडे	ॲसिटॅमिप्रीड २० टक्के एसपी		३
			इमामेक्टीन बेंझोएट ५ टक्के इलजी	२०० ग्रॅम प्रति ५०० लीटर	३
			फेनप्रोपायरीन ३० टक्के ईसी	२५०-३०० मिली प्रति ७५० ते १००० लीटर	७
			इमिडॅक्लोप्रीड १७.८ टक्के एसएल	१२५-२५० मिली प्रति ५०० ते ७०० लीटर	४०
		माईट्स	इथीयॉन ५० टक्के ईसी	१५००-२००० मिली प्रति ५०० ते १०० लीटर	५
			फेनप्रोपायरीन ३० टक्के ईसी	२५०-३०० मिली प्रति ७५० ते १००० लीटर	७
		पांढरी माशी	फेनप्रोपायरीन ३० टक्के ईसी	२५०-३०० मिली प्रति ७५० ते १००० लीटर	७
		भुरी रोग	हेन्सॉकोन्याझोल २ टक्के एसजी	३ लीटर प्रति ५०० लीटर	७
			सल्फर ८० टक्के डब्ल्यूपी	३.१३ प्रति ७५० ते १००० लीटर	-
४	टोमॅटो	फूलकिडे	अझॅडिरॅक्टीन ५ टक्के	२०० ग्रॅम प्रति ४०० लीटर	५
			लॅम्डा सायलोथ्रीन ५ टक्के ईसी	३०० मिली प्रति ४०० ते ६०० लीटर	४
			क्विनॉलफॉस २० टक्के एयू	१५००-१७५० ग्रॅम प्रति ७५० ते १००० लीटर	७

क्र.	पिकाचे नाव	किडीचे नाव	औषधाचे नाव	औषधाची मात्रा	पूर्वहंगाम कालखंड (पीएचआय) दिवस
		मावा	अझॅडिरॅक्टीन ५ टक्के	२०० ग्रॅम प्रति ४०० लीटर	५
			डायमिथोएट ३० टक्के ईसी	६६० मिली प्रति ५०० ते १००० लीटर	-
		पांढरी माशी	इमिडॅक्लोप्रीड १७.८ टक्के एसएल	१५०-१७५ मिली प्रति ५०० लीटर	३
			मॅलेथिऑन ५० टक्के ईसी	१५०० मिली प्रति ५०० ते १००० लीटर	-
			थायोमियान्झाम २५ टक्के डब्ल्यूजी	२०० ग्रॅम प्रति ५०० लीटर	५
		फूलकिडे	सँड्रानिलीप्रोल १०.२६ टक्के ओडी	९०० ग्रॅम प्रति ५०० लीटर	३
५	कांदा	फूलकिडे	डायमिथोएट ३० टक्के ईसी	६०० मिली प्रति ५०० ते १००० लीटर	-
		भुरी रोग	झायनेब ७५ टक्के डब्ल्यूपी	१.५-२ किलो प्रति ७५० ते १००० लीटर	-
		करपा	मॅन्कोझेब ७५ टक्के डब्ल्यूपी	१.५-२ किलो प्रति ७५० लीटर	-

❑

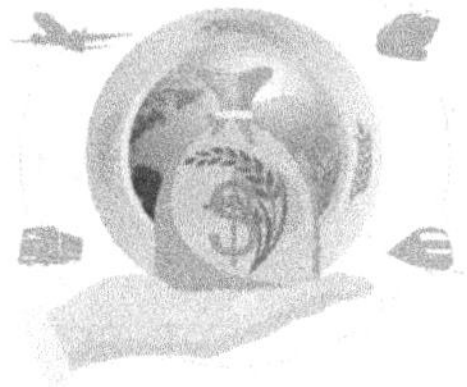

कृषिमाल निर्यात : महत्त्वाचे प्रश्न

कृषिमाल निर्यात म्हणजे काय?

एका देशातून दुसऱ्या देशात कृषिमाल पाठवणे म्हणजेच निर्यात होय.

कृषिमाल निर्यातीमध्ये कोणकोणत्या बाबींचा समावेश होतो?

कृषिमाल निर्यातीमध्ये दोन प्रकार आहेत :

१. प्रक्रिया न केलेला कृषिमाल : फळे, भाजीपाला, धान्य, रोपे, कलमे, बियाणे
२. कृषिमालावर आधारित प्रक्रिया केलेले पदार्थ : मँगो पल्प, काजू, लोणचे

कृषिमाल निर्यात कोण करू शकते?

कृषिमालाची निर्यात उत्पादक, शेतकरी, सहकारी संस्था, खासगी कंपनी इत्यादी करू शकतात. मात्र, ज्या नावाने निर्यातीचा व्यवसाय करावयाचा आहे, त्या नावाने संबंधिताकडे आयात-निर्यात क्रमांक असणे आवश्यक आहे.

कृषिमाल निर्यातीसाठी जागतिक स्तरावर कोणामार्फत नियंत्रण कोण करते?

कृषिमालाची आयात व निर्यात याद्वारे किडींचा व रोगांचा तसेच तणांचा प्रसार होऊ नये म्हणून १९५१मध्ये आंतरराष्ट्रीय पीक संरक्षण करार करण्यात आलेला आहे. एका देशातून दुसऱ्या देशात कृषिमालाच्या निर्यातीद्वारे किडींच्या, रोगांच्या तसेच तणांच्या प्रसाराद्वारे मानव, प्राणी व पिके यांवर अनिष्ट परिणाम होऊ नये, याकरिता नियमावली तयार करण्यात आली आहे. सदर करारानुसार कृषिमालाच्या आयात व निर्यात याकरिता सॅनिटरी व फायटोसॅनिटरी प्रमाणपत्र घेणे तसेच सर्व सदस्य-देशांना सदर कराराचे पालन करणे बंधनकारक करण्यात आलेले आहे. भारत देश हा या कराराचा एक सदस्य-देश आहे.

आंतरराष्ट्रीय पीक संरक्षण करार व जागतिक व्यापार संघटना यांचा संबंध आहे का?

आंतरराष्ट्रीय पीक संरक्षण करार हा १९५१मध्ये करण्यात आला आहे. त्याचे सध्या १७० देश हे सदस्य आहेत. जागतिक व्यापार संघटनेमध्ये १९९५मध्ये कृषी या विषयाचा समावेश करण्यात आला. त्याची प्रभावीपणे अंमलबजावणी करण्यासाठी विविध करार करण्यात आलेले आहेत. त्यामध्ये ॲग्रीमेंट ऑन ॲग्रीकल्चर, ॲग्रीमेंट ऑन सॅनिटरी आणि फायटोसॅनिटरी मेझर्स, ॲग्रीमेंट ऑन टेक्निकल बॅरिअर ऑन ट्रेड, ट्रीम्स ॲण्ड ट्रीप्स इत्यादींचा समावेश आहे.

आंतरराष्ट्रीय पीक संरक्षण करार ही जागतिक व्यापार संघटनेंतर्गत कृषिविषयक नियमावली तयार करणारी व मार्गदर्शन करणारी अधिकृत संस्था आहे.

◈ सॅनिटरी आणि फायटोसॅनिटरी मेझर्सच्या प्रमुख तरतुदी काय आहेत?

सॅनिटरी आणि फायटोसॅनिटरी करारामध्ये एकूण १४ बाबींचा समावेश करण्यात आलेला आहे. मानव, प्राणी, वनस्पती व पर्यावरण यांच्या हिताच्या दृष्टिकोणातून प्रत्येक सदस्य-देशांना कृषिमालाच्या आयात व निर्यात याकरिता स्वतःची नियमावली करण्याचे अधिकार प्राप्त झाले आहेत. याचे उदाहरण द्यावयाचे झाल्यास युरोपीय देशांनी कृषिमाल आयात करताना कीडनाशक उर्वरित अंशाचे प्रमाण क्षम्य मर्यादेच्या आत ठेवण्याचे स्वतःचे निकष ठरवलेले आहेत. त्यामुळे निर्यातदार देशांना ज्या देशांना कृषिमाल निर्यात करावयाचा आहे, त्या देशातील नियम व अटी यांची पूर्तता करणे बंधनकारक झाले आहे.

◈ सॅनिटरी आणि फायटोसॅनिटरी कराराची अंमलबजावणी कशी केली जाते?

सॅनिटरी व फायटोसॅनिटरी कराराची प्रभावीपणे अंमलबजावणी करण्यासाठी १९९७मध्ये फायटोसॅनिटरी कमिशन स्थापन करण्यात आले होते. सदर कमिशनद्वारे इंटरनॅशनल स्टँडर्ड फॉर फायटोसॅनिटरी मेझर्सद्वारे प्रामुख्याने कृषिमाल निर्यातीकरिता फायटोसॅनिटरी प्रमाणीकरणाची पद्धत, किडींचे व रोगांचे सर्वेक्षण करणे, कीड-रोगमुक्त एरिया घोषित करणे, पेस्ट रिस्क ॲनालिसीस करणे, लाकडी वेष्टनाकरिता मिथाईल ब्रोमाईड धुरीकरणाची पद्धत व इतर बाबींसंदर्भात मार्गदर्शक सूचना तयार केलेल्या आहेत. या सूचनांची अंमलबजावणी ही प्रगत, प्रगतिशील व अप्रगत सदस्य-देशांमार्फत प्रभावीपणे करण्यात येत आहे. त्यामध्ये विविध क्वारंटाईन किडी व रोग मुक्त असल्याबाबतच्या हमीपत्राची मागणी होत आहे. म्हणूनच ग्लोबल गॅप, हॅसेप, सेंद्रिय प्रमाणीकरण, बीआरसी, एमपीएस इत्यादी सुधारित प्रमाणीकरणांची मागणी जागतिक बाजारपेठेमध्ये वाढत आहे.

◈ निर्यातक्षम कृषिमाल उत्पादन करण्यासाठी काय काळजी घ्यावी?

ग्राहकांना विविध दृष्टिकोणातून हमी देण्याची जागतिक बाजारपेठांमध्ये स्पर्धा निर्माण झालेली आहे. त्याचाच एक भाग म्हणजे युरोपियन युनियनमधील ११८ घाऊक व्यापाऱ्यांनी एकत्र येऊन शेतातील उत्पादनापासून ग्राहकांपर्यंत (फार्म टू फोर्कपर्यंत) कृषिमालाच्या गुणवत्तेसंदर्भात हमी देण्यासाठी ग्लोबल गॅप प्रमाणीकरणाची पद्धत विहित केलेली आहे.

निर्यातक्षम कृषिमाल उत्पादन करताना सदरचा माल कोणत्या देशांना कोणामार्फत निर्यात करावयाचा आहे त्या दृष्टिकोणातून कृषिमालाचे उत्पादन करताना किडी व रोगांचे नियंत्रण, कृषिमालातील उर्वरित अंशाचे नियंत्रण, कृषिमालाची प्रतवारी इत्यादी बाबींवर विशेष भर देणे आवश्यक आहे.

◈ निर्यातक्षम कृषिमाल उत्पादनासाठी कीड-रोग नियंत्रण कशा प्रकारे करणे आवश्यक आहे?

किडींच्या व रोगांच्या प्राथमिक अवस्थेमध्येच त्यांचे नियंत्रण केल्यास कृषिमालाची गुणवत्ता टिकवणे शक्य होणार आहे. त्याकरिता एकात्मिक कीड व्यवस्थापन पद्धतीची प्रभावीपणे अंमलबजावणी करणे गरजेचे आहे. त्याचबरोबर शिफारस केलेल्या औषधांची एकसारखी फवारणी न करता आळीपाळीने करणे व त्याचे रेकॉर्ड ठेवणे अत्यंत आवश्यक आहे.

◈ नव्याने कृषिमाल निर्यात करण्यासाठी कोणकोणत्या बाबींची पूर्तता करावी लागते?

- निर्यातीच्या उद्देशाने सहकारी संस्था किंवा कंपनी स्थापन करून तिची नोंदणी सोसायटी

ॲक्ट किंवा कंपनी ॲक्टखाली करून घ्यावी.

- नोंदणीकृत संस्थेच्या / कंपनीच्या नावाने राष्ट्रीयीकृत बँकेमध्ये खाते उघडावे आणि ते खाते चालू असणे आवश्यक आहे.
- कंपनी किंवा स्वत:च्या नावाने पॅन काढावा. सदरचा पॅन नंबर आयातकर विभागामार्फत दिला जातो.
- नोंदणीकृत संस्था किंवा कंपनीच्या नावाने IEC (Import Export Code) नंबर काढणे अत्यंत आवश्यक आहे. सदरचा कोड नंबर उपसंचालक, विदेश व्यापार, वाणिज्य मंत्रालय यांच्या कार्यालयामार्फत दिला जातो आणि तो कायम असतो.
- अपेडाकडे नोंदणी करावी. कृषी व कृषी प्रक्रिया मालाच्या किमतीला प्रोत्साहन देण्यासाठी वाणिज्य मंत्रालयाद्वारे ॲग्रिकल्चरल प्रोसेस्ड फूड प्रॉडक्ट एक्सपोर्ट डेव्हलपमेंट ऑथॉरिटीची स्थापना केली आहे. ती निर्यातवाढीसाठी कार्य करते. या संस्थेचे सभासद होणे आवश्यक आहे. त्यासाठी RCMC (Registration Cum Membership Certificate) घ्यावे लागते.

अपेडाकडे उत्पादक निर्यातदार म्हणून नोंदणी करण्याकरिता कृषी विभागातील जिल्हा अधीक्षक कृषी अधिकाऱ्यांना प्रमाणपत्र देण्याचे अधिकार दिलेले आहेत. त्यांच्याकडे अर्ज करावा.

सोबत सात-बाराची प्रत, सोसायटी किंवा कंपनीची बाय-लॉची प्रत, बँकेत खाते चालू असल्याबाबतचे बँक मॅनेजरचे पत्र, पॅन नंबरची प्रत, आयात-निर्यात कोड नंबर, व इतर आवश्यक माहिती जोडणे आवश्यक आहे.

सदरची नोंदणी अपेडाच्या www.apeda.com संकेतस्थळावरून केली जाते.

❖ आयात-निर्यात क्रमांक काय असतो आणि तो कोणामार्फत दिला जातो?

व्यावसायिक दृष्टिकोणातून निर्यात करण्यासाठी प्रत्येक निर्यातदाराकडे आयात-निर्यात क्रमांक (आयईसी कोड नंबर) असणे आवश्यक आहे. सदरचा क्रमांक हा कायमस्वरूपी असतो आणि वाणिज्य मंत्रालयांतर्गत जॉईंट डायरेक्टर, फॉरेन ट्रेड यांच्या कार्यालयामार्फत दिला जातो. महाराष्ट्रामध्ये पुणे व ठाणे येथे त्यांची कार्यालये आहेत. सदरचे आयात-निर्यात क्रमांक काढण्यासाठी विहित नमुन्यात अर्ज, अर्जदाराचा पूर्ण पत्ता, बँकेचे अकाउंट चालू असल्याबाबत बँकेचे प्रमाणपत्र, पॅन नंबर व २५० रुपयांचा डिमांड ड्राफ्ट इत्यादी बाबींची पूर्तता केल्यानंतर साधारणत: १५ ते २० दिवसांमध्ये हा क्रमांक दिला जातो.

❖ निर्यातीच्या कागदपत्रांमध्ये अपेडाचे रजिस्ट्रेशन कसे करावे?

अपेडा ही वाणिज्य मंत्रालयांतर्गत निर्यातीला प्रोत्साहन देण्यासाठी स्थापन केलेली संस्था आहे. सदर संस्थेचे मुख्य कार्यालय दिल्ली येथे असून, विभागीय कार्यालय वाशी (मुंबई) येथे आहे. अपेडाकडे नोंदणी करण्यासाठी बँकेत अकाउंट चालू असल्याबाबतचे बँकेचे पत्र, पॅन नंबर, आयईसी कोड नंबर, उत्पादक-निर्यातदारांकरिता कृषी विभागाचे ग्रोअर प्रमाणपत्र व ५००० रुपयांचा डिमांड ड्राफ्ट इत्यादी बाबींची पूर्तता केल्यानंतर कायमस्वरूपी उत्पादक-निर्यातदार म्हणून अपेडाचे सदस्य होता येते. अपेडाचे सदस्य होण्याचा मुख्य फायदा असा आहे की, अपेडाच्या वेबसाईटवर आपली उत्पादक निर्यातदार म्हणून नोंद केली जाते. अपेडाची वेबसाईट ही जगामध्ये सर्व आयातदारांमार्फत वापरली जाते. तसेच आयातदारांची निवड करताना खातरीलायक निर्यातदार म्हणून ओळख होण्यास मदत होते.

खातरीलायक आयातदाराची निवड कशी करावी ?

नव्याने निर्यात करत असताना निर्यातदारांच्या मनात बरेच प्रश्न निर्माण होतात. त्यामध्ये प्रामुख्याने माझा माल व्यवस्थितपणे निर्यात होईल का ? निर्यात करताना मालाचे नुकसान झाल्यास तसेच आयातदार खातरीलायक आहे की नाही, तो खरेच सर्व पैसे देईल किंवा नाही, इत्यादी प्रश्न निर्माण होतात. तसेच काही वेळा सध्या निर्यातीमध्ये कार्यरत असलेल्या यंत्रणेमार्फतही भीतीचे वातावरण निर्माण केले जाते. कृषिमाल निर्यात करताना योग्य प्रकारे नियोजन करून सर्व कागदपत्रांची पूर्तता केल्यास निर्यातीद्वारे अधिक मोबदला मिळण्यास मदत होते.

आयातदार नोंदणी झालेला असल्याची खातरी करून घेणे आवश्यक आहे. देशनिहाय व कमोडिटीनिहाय आयातदारांची माहिती, त्यांचे पत्ते, दूरध्वनी क्रमांक, ई-मेल, व संपर्क व्यक्तीची नावे इत्यादी माहिती अपेडाच्या वेबसाईटवर उपलब्ध करून देण्यात आलेली आहे. त्या माहितीच्या आधारे संबंधित आयातदारांशी संपर्क साधून निर्यात करावयाच्या मालाची गुणवत्ता, प्रमाणीकरण, कागदपत्रे, दर व पुरवठा इत्यादींबाबत सखोल चौकशी करून आयातदारांची निवड करण्यास मदत मिळू शकते. त्याकरिता अपेडामध्ये नोंदणी करणे आवश्यक आहे. तसेच अपेडामार्फत विविध देशांत प्रदर्शन, कॉन्फरन्समध्ये स्टॉल उभारून भारतीय कृषिमालाची प्रसिद्धी केली जाते. या प्रदर्शनात अपेडाच्या सहकार्याने भाग घेऊन आपल्या मालाची प्रसिद्धी करता येते.

या व्यतिरिक्त इतर आयातदारांमार्फतही आपल्याला कृषिमाल निर्यात करता येतो.

आयातदार व निर्यातदार यांच्यामध्ये करण्यात येणाऱ्या करारामध्ये प्रामुख्याने कोणत्या बाबींचा समावेश होतो ?

आयातदार व निर्यातदार यांच्यामध्ये करार करणे आवश्यक आहे. त्यालाच 'मेमोरँडम ऑफ अंडरस्टँडिंग' असे म्हणतात. निर्यातदार व आयातदार यांच्यामध्ये करण्यात आलेल्या करारामध्ये प्रामुख्याने कृषिमालाची गुणवत्ता, क्वाँटिटी (साठा), किंमत, क्वारंटाईन रिक्वायरमेंट त्यामध्ये कीड-रोग कीडनाशक उर्वरित अंश मर्यादा, मालाची प्रतवारी, पॅकिंग, पुरवठा करावयाचा कार्यक्रम व इतर बाबींचा समावेश असतो.

आयातदाराची शहानिशा करण्याकरिता यंत्रणा कार्यरत आहे का ?

आयात-निर्यात हा दोन व्यक्तीमधील / संस्थांमधील आर्थिक व्यवहार आहे. तो व्यवहार विश्वासार्हतेने वाढत असतो. परंतु बऱ्याच वेळा नवीन निर्यातदारांना भीती वाटत असते की, खरेच आयातदार करारानुसार सर्व गोष्टींचे योग्य प्रकारे जतन करेल किंवा नाही? त्यासाठी निर्यातदाराने ज्या आयातदाराशी करार केलेला आहे, त्या संदर्भात शहानिशा करण्यासाठी एक्सपोर्ट क्रेडिट कॉर्पोरेशनकडे रितसर नोंदणी केल्यास सदर संस्थेद्वारे आयातदाराची चौकशी करून आयातदारामार्फत ९० टक्के रक्कम अदा करण्याची जबाबदारी घेतली जाते. विशेषतः नवीन निर्यातदारांनी सदर सुविधेचा लाभ घेणे आवश्यक आहे.

कृषिमालाची निर्यात कोणकोणत्या मार्गे करण्यात येते ?

कृषिमालाची निर्यात प्रामुख्याने जहाज, विमान, कुरिअर व रोड यांच्याद्वारे केली जाते. राज्यात जहाजाद्वारे मुंबई येथील जेएनपीटी येथून तसेच विमानाद्वारे मुंबई, नागपूर, पुणे, औरंगाबाद येथील विमानतळांवरून व छोट्या प्रमाणात पार्सलद्वारे

विविध कुरिअर संस्थांद्वारे माल पाठवला जातो.

कृषिमालाच्या निर्यातीकरिता पॅकिंग, ग्रेडिंग व स्टफिंग करण्याकरिता कोणाची परवानगी घेणे आवश्यक आहे?

राज्यातून स्टफिंग करण्याकरिता वाणिज्य मंत्रालयांतर्गत देशात एकूण ४३ ठिकाणी आयसीडी (इनलँड कंटेनर डेपो)ची व्यवस्था करण्यात आली आहे. त्यामध्ये राज्यातील मुंबई, दिघी (पुणे), औरंगाबाद, मिरज, नागपूर, भुसावळ या ठिकाणी निर्यातक्षम मालाचे स्टफिंग करण्याकरिता एक्साईज डिपार्टमेंटकडून परवानगी घ्यावी लागते. ती परवानगी घेतल्यानंतरच सदर मालाच्या कंटेनरच्या सिलिंगची कार्यवाही एक्साईज डिपार्टमेंटमार्फत केली जाते.

मालाच्या निर्यातीकरिता जहाजांची नोंदणी करण्यासाठी आणि इतर कागदपत्रांसाठी कोणामार्फत मदत केली जाते?

कस्टम विभागामार्फत सदर कामाकरिता अधिकृत सीएचएची नियुक्ती करण्यात येते. अशा अधिकृत सीएचएची निवड करून घेणे अत्यंत आवश्यक आहे. सदर सीएचए निर्यातीसंदर्भातील आवश्यक ती कागदपत्रे तयार करण्याचे काम कमिशन बेसीसवर करत असतात.

कृषिमाल निर्यातीकरिता फायटोसॅनिटरी प्रमाणपत्र कोणाकडून मिळते?

केंद्र सरकारने कृषिमाल निर्यातीकरिता फायटोसॅनिटरी प्रमाणपत्र देण्यासाठी केंद्र सरकारच्या अधिकाऱ्यांना फायटोसॅनिटरी ऑथॉरिटी म्हणून अधिसूचित केले आहे. राज्यातील निर्यातीला प्रोत्साहन देण्यासाठी व स्थानिक स्तरावरून ज्या भागातून मोठ्या प्रमाणात निर्यातक्षम उत्पादन घेतले जाते, त्या भागातील निर्यातदारांना त्याच ठिकाणावरून फायटोसॅनिटरी प्रमाणपत्र मिळण्याच्या दृष्टिकोणातून केंद्र सरकारने राज्य सरकारच्या ११ अधिकाऱ्यांना फायटोसॅनिटरी प्रमाणपत्र देणारे अधिकारी म्हणून अधिसूचित केले आहे. त्यामध्ये पुणे, नाशिक, सांगली, कोल्हापूर, अमरावती व रत्नागिरी या जिल्ह्यांचा समावेश आहे. या व्यतिरिक्त मुंबई व नागपूर येथून केंद्र सरकारच्या अधिकाऱ्यांमार्फत फायटोसॅनिटरी प्रमाणपत्र देण्याची व्यवस्था आहे.

फायटोसॅनिटरी प्रमाणपत्र मिळण्यासाठी निर्यातदाराने कोणत्या बाबींची पूर्तता करणे आवश्यक आहे?

फायटोसॅनिटरी प्रमाणपत्र मिळण्यासाठी पुढील बाबींची पूर्तता करणे आवश्यक आहे :

१. विहित नमुन्यात अर्ज
२. आयातदार व निर्यातदार यांच्यामध्ये करण्यात आलेल्या कराराची प्रत
३. प्रोफार्मा इन्व्हॉईस
४. पॅकिंग लिस्ट
५. आयईसी कोड
६. कृषिमालाच्या गुणवत्तेबाबत आयातदार देशाच्या क्वारंटाईन संदर्भात विशेषत: कीड, रोग, कीडनाशक उर्वरित अंश इत्यादींबाबत अटी असल्यास त्याची माहिती व विहित केलेली फी देणे आवश्यक आहे तसेच इतर माहिती देणे आवश्यक आहे.

फायटोसॅनिटरी प्रमाणपत्र कोणाच्या नावाने दिले जाते?

फायटोसॅनिटरी प्रमाणपत्र असल्याशिवाय कृषिमालाची निर्यात करता येत नाही. जर एखाद्याने कृषिमालाची निर्यात केली असल्यास त्याने ज्या देशात माल पाठवला आहे, त्या देशामध्ये माल पोहोचल्यानंतर त्या देशातील आयातदारांना फायटोसॅनिटरी प्रमाणपत्र असल्याशिवाय माल दिला जात नाही. फायटोसॅनिटरी प्रमाणपत्र हे ज्या देशाला माल निर्यात करावयाचा आहे, त्या

देशाच्या नावाने संबंधित आयातदार व निर्यातदार यांचे नाव व इतर मालाबाबतचा सविस्तर तपशील नमूद करून आयातदार देशाच्या नावाने दिले जाते. सदरचे प्रमाणपत्र हे निर्यात होणाऱ्या मालाची गुणवत्ता, कीड-रोगमुक्त असल्याबाबतचे हमी देणारे प्रमाणपत्र आहे.

❖ कृषिमाल निर्यातीमध्ये आयटीचा वापर कितपत करण्यात येतो ?

आज सगळ्या क्षेत्रांमध्ये संगणकाचा वापर मोठ्या प्रमाणावर होत आहे. निर्यात क्षेत्रामध्येही त्याचा वापर करण्यात येत आहे. राज्यात विशेषतः युरोपीय देशांना द्राक्ष निर्यातीकरिता आयटीचा चांगल्या प्रकारे उपयोग करण्यात येत आहे. द्राक्ष बागांची नोंदणी, नोंदणीकृत द्राक्ष बागांची तपासणी, द्राक्ष बागेवरील किडींचे व रोगांचे नियंत्रण करण्याकरिता वापरण्यात आलेल्या औषधांची माहिती, निर्यातीस योग्य असल्याबाबत बागेची तपासणी, उर्वरित अंश तपासणीकरिता नमुने घेणे, उर्वरित अंश तपासणी, ॲगमार्क प्रमाणीकरण व फायटोसॅनिटरी प्रमाणपत्र देण्याची कार्यवाही अपेडाच्या वेबसाईटवरून ऑनलाईन करण्यात येत आहे. म्हणून द्राक्ष निर्यातदारांना फायटोसॅनिटरी प्रमाणपत्र मिळण्याकरिता विहित केलेले अर्ज इलेक्ट्रॉनिक पद्धतीद्वारेच संबंधित अधिकाऱ्याकडे देणे बंधनकारक करण्यात आले आहे. त्यामुळे द्राक्ष निर्यातीकरिता निर्यातदारांना कमीत कमी माहिती द्यावी लागणार आहे. उर्वरित सर्व संबंधित माहिती वेबसाईटद्वारे उपलब्ध होणार असल्याने द्राक्ष निर्यातीमध्ये गती येण्यास मदतच होणार आहे.

❖ कृषिमाल निर्यातीमध्ये पॅकिंगचे महत्त्व किती असते ?

कोणत्याही मालाची निर्यात करताना निर्यात करण्यात आलेला माल ग्राहकांपर्यंत सुस्थितीत पोहोचण्याच्या दृष्टिकोणातून पॅकिंगला विशेष महत्त्व असते. म्हणून आंतरराष्ट्रीय बाजारपेठेमध्ये मालाची आयात-निर्यात करताना त्याचे पॅकिंग, पॅकिंग मटेरिअलची गुणवत्ता, पॅकिंग केलेल्या मालाबाबत नमूद करावयाची माहिती इत्यादींबाबत निकष ठरवण्यात आलेले आहेत. त्यानुसारच उच्च दर्जाचे पॅकिंग मटेरिअल वापरणे बंधनकारक आहे. कृषिमाल हा नाशवंत असल्याने त्याचे पॅकिंग करताना विशेष काळजी घेणे आवश्यक आहे. सध्याच्या सुपर माल वितरण साखळीमध्ये मालाची विक्री करण्याकरिता बारकोडला विशेष महत्त्व प्राप्त झाले आहे. त्याचबरोबर एचएस कोडचाही वापर इथून पुढे करणे आवश्यक आहे. कारण जागतिक बाजारपेठेत मालाची ओळख ही एचएस कोडवरून करण्यात येते.

❖ कृषिमाल निर्यातदाराकडे कोणत्या सुविधा असणे आवश्यक आहे ?

कृषिमाल हा नाशवंत असल्याने त्याचे काढणी, प्रतवारी, पॅकिंग, ग्रेडिंग, प्री-कुलिंग व शीतकरण करण्याकरिता उत्तम दर्जाचे पॅक हाउस व कोल्ड स्टोरेज असणे आवश्यक आहे. या पॅक हाउसमध्ये सुरक्षितता व स्वच्छता यांच्या दृष्टिकोणातून अपेडाचे प्रमाणपत्रही असणे आवश्यक आहे. जर एखाद्या निर्यातदाराकडे त्या सुविधा नसल्या तरी तो इतरांच्या सुविधांचा भाडेतत्त्वावर वापर करू शकतो.

❑

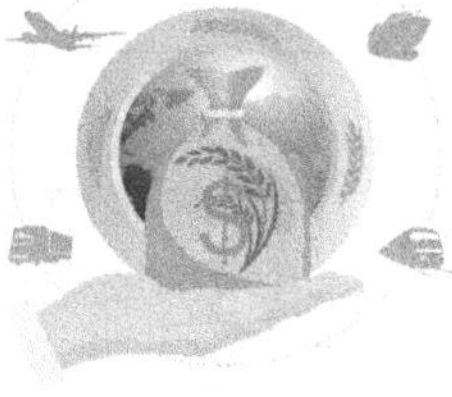

महत्त्वाच्या वेबसाईट व त्यांचे तपशील

क्र.	वेबसाईटचा पत्ता	तपशील
१.	http://www.indiaspices.com	मसाला पिके मंडळाची वेबसाईट. निरनिराळ्या योजनांची माहिती उपलब्ध आहे. निर्यातीची व्यवस्था केलेली आहे.
२.	http://www.mpeda.com	समुद्री उत्पादन निर्यात प्राधिकरणाची वेबसाईट. मत्स्यनिर्मिती व निर्यातीबाबत, तसेच निरनिराळ्या योजनांची माहिती उपलब्ध आहे.
३.	http://www.rubberboard.com	रबर मंडळाची वेबसाईट. उत्पादनपद्धती, बाजार व्यवस्था व निर्यातीविषयी माहिती. प्रत व्यवस्थापनाविषयी माहिती देण्यात आलेली आहे.
४.	www.ecgindia.com	भारतीय निर्यात कर्ज गॅरंटी निगमची वेबसाईट. निर्यातीकरिता कर्ज, गॅरंटी, विविध योजना यांची माहिती उपलब्ध आहे.
५.	www.nafed-india.com	भारतीय कृषी सहकारी पणन संघाची वेबसाईट. कापसाच्या भारतीय व आंतरराष्ट्रीय बाजारपेठेतील दैनंदिन हालचालींची माहिती मिळते. कांदा पिकाचेही दर समजतात.
६.	www.nbpgr.emet.in	नॅशनल ब्युरो ऑफ प्लँट जेनेटिक रिसोर्सची वेबसाईट. पिकांच्या वाणांची नोंदणी करण्याची व्यवस्था आहे. भातपिकाबाबत सविस्तर माहिती देण्यात आलेली आहे. बियाणे आयात-निर्यातीसाठी माहिती देण्यात आली आहे.

क्र.	वेबसाईटचा पत्ता	तपशील
७.	http://164.100.111.5:8080/ mahabhulekh	महाराष्ट्रातील सर्व गावांची सर्व्हे नंबरनिहाय माहिती उपलब्ध आहे. यामध्ये सात-बारा उतारा काढता येतो. तसेच जमीनमालकीविषयी शंका विचारण्याचीही सोय आहे.
८.	http://aaqua.persistent.co.in	महाराष्ट्रातील शेतीबाबत सर्व समस्यांना उत्तरे देणारी वेबसाईट. मराठी भाषेतही प्रश्न पाठवता येतो. तज्ज्ञांमार्फत ई-मेलद्वारे तसेच वेबसाईटवर उत्तर प्राप्त होते.
९.	http://cotcorp.gov.in	भारतीय कापूस निगमची वेबसाईट. कापूस विकासाबाबत शासनाने विविध योजनांची माहिती उपलब्ध केलेली आहे.
१०.	http://court.mah.nic.in/courtweb	सर्व जिल्हा न्यायालयांमध्ये चालू असलेल्या खटल्यांविषयी सविस्तर माहिती प्राप्त होते. निरनिराळ्या कायद्यांची माहिती यात दिलेली आहे.
११.	http://cpcri.nic.in	नॅशनल प्लँटेशन क्रॉप रिसर्च इन्स्टिट्यूटची वेबसाईट. नारळ, सुपारी, कोको इत्यादी पिकांच्या उत्पादनपद्धती, कीड व रोग प्रक्रियेविषयी सर्व माहिती उपलब्ध आहे.
१२.	http://dacnet.nic.in/pdmis	केंद्र शासनाची कीड व रोग सर्वेक्षणाची वेबसाईट. कीड व रोग परिस्थिती आणि त्यावरील सल्ला उपलब्ध आहे.
१३.	http://dairy.adfmaharashtra.in	महाराष्ट्राच्या डेअरी डेव्हलपमेंट विभागाची वेबसाईट. सहकारी दूध उत्पादक संस्था, शासनाच्या योजना इत्यादींची माहिती उपलब्ध आहे.
१४.	http://dare.nic.in	कृषी संशोधन व शिक्षण विभागाची वेबसाईट आहे. निरनिराळ्या प्रशिक्षण कार्यक्रमांची माहिती उपलब्ध आहे.
१५.	http://fisheries.maharashtra.gov.in	महाराष्ट्राच्या मत्स्य व्यवसाय विभागाची वेबसाईट. मत्स्य व्यवसायाची तांत्रिक तसेच विविध योजनांची माहिती उपलब्ध आहे.
१६.	http://gist.ap.nic.in	आंध्र प्रदेश सरकारची वेबसाईट. पारंपरिक तंत्रज्ञान तसेच औषधी वनस्पतींची माहिती उपलब्ध आहे.

क्र.	वेबसाईटचा पत्ता	तपशील
१७.	http://indiacoffee.org	भारतीय कॉफी मंडळाची वेबसाईट. कॉफीचे उत्पादन, प्रक्रिया इत्यादींची माहिती मिळते. निर्यातीविषयी मार्गदर्शन देण्यात आलेले आहे.
१८.	http://mpkv.mah.nic.in/	महात्मा फुले कृषी विद्यापीठाची वेबसाईट. कृषी शिक्षण, कृषी विस्ताराच्या योजना, संशोधनाची सर्व माहिती मिळते. सर्व कोरडवाहू पिकांची माहिती उपलब्ध आहे.
१९.	http://inmpb.nic.in	भारतीय औषधी वनस्पती महामंडळाची वेबसाईट. वनौषधींची माहिती, शासनाच्या योजनांची माहिती देण्यात आलेली आहे.
२०.	http://nrcog.mah.nic.in	कांदा व लसूण संशोधन केंद्राची वेबसाईट. या पिकांवरील नवीन संशोधनाची माहिती मिळते. एकात्मिक कीड व रोग व्यवस्थापनाची तसेच केंद्राच्या निरनिराळ्या कार्यक्रमांची माहिती उपलब्ध आहे.
२१.	http://planningcommission.nic.in	केंद्र शासनाची वेबसाईट आहे. ग्रामीण भागाच्या उन्नतीकरिता राबवल्या जाणाऱ्या योजनांची माहिती मिळते.
२२.	http://raitamitra.kar.nic.in	कर्नाटक कृषी विभागाची वेबसाईट. अद्ययावत तंत्रज्ञान व बाजार व्यवस्थेची माहिती. माहिती कन्नड भाषेत उपलब्ध आहे.
२३.	http://www.cgiar.org	कन्सल्टेटीव्ह ग्रुप ऑन ॲग्रीकल्चर रिसर्चची वेबसाईट. आंतरराष्ट्रीय स्तरावर चालू असलेल्या संशोधनाची माहिती मिळते. ॲग्रोफॉरेस्ट्री, अवर्षणप्रवण भागातील शेतीची माहिती दिली आहे.
२४.	http://www.coconutboard.nic.in	नारळ विकास मंडळाची वेबसाईट. पीक उत्पादनपद्धती, नारळाचे पदार्थ तसेच मंडळाच्या योजनांची सविस्तर माहिती उपलब्ध आहे.
२५.	http://www.indiantobacco.com	तंबाखू मंडळाची वेबसाईट. निरनिराळ्या योजनांची माहिती उपलब्ध आहे. निर्यातीची व्यवस्था केलेली आहे.
२६.	www.agricoop.nic.in	भारताच्या कृषी व सहकार विभागाची वेबसाईट. केंद्र शासनाच्या सर्व योजनांची, कार्यक्रमांची माहिती प्राप्त होते. कृषी सांख्यिकी, पणन व बाजार व्यवस्थांची माहिती मिळते.

क्र.	वेबसाईटचा पत्ता	तपशील
२७.	www.ah.adfmaharashtra.in	महाराष्ट्राची पशुधन विकास विभागाची वेबसाईट. राज्यातील जनावरांची गणना, पोल्ट्री, शेळी, मेंढीपालनविषयी माहिती उपलब्ध आहे.
२८.	www.dbskkv.org	डॉ. बाळासाहेब सावंत कोकण कृषी विद्यापीठाची वेबसाईट. आंबा, काजू, नारळ तसेच मसाला पिकांविषयी माहिती आहे. विद्यापीठामार्फत राबवण्यात येणाऱ्या योजनांची माहिती आहे.
२९.	www.fao.org	राष्ट्रसंघाची वेबसाईट. जगभरात राबवण्यात येणाऱ्या योजनांची माहिती. कृषी क्षेत्रापुढील अडचणींची व त्यावरील उपाययोजनांची माहिती देण्यात आली आहे.
३०.	www.htcindia.org	फलोत्पादन प्रशिक्षण केंद्राची वेबसाईट. हरितगृहातील फुले, भाजीपाला तसेच फलोत्पादनविषयी अद्ययावत प्रशिक्षणाची माहिती मिळते.
३१.	www.icar.org.in	भारतीय कृषी संशोधन परिषदेची वेबसाईट. देशातील सर्व कृषी शिक्षण संस्था व कृषी संशोधनाची माहिती उपलब्ध आहे.
३२.	www.iipr.res.in	भारतीय कडधान्य संशोधन केंद्राची वेबसाईट. कडधान्यांचे नवीन वाण, अद्ययावत तंत्रज्ञान तसेच काढणीपश्चात व्यवस्थापन यांची माहिती दिली आहे.
३३.	www.iivr.org.in	भारतीय भाजीपाला संशोधन केंद्राची वेबसाईट. भाजीपाला पिकवावयाचे अद्ययावत तंत्रज्ञान, संशोधन याबाबत सविस्तर माहिती उपलब्ध आहे.
३४.	www.imd.gov.in	भारतीय हवामान विभागाची वेबसाईट. हवामानाविषयी सविस्तर माहिती उपलब्ध होते. कृषी हवामान सल्ला देण्यात येतो.
३५.	www.kar.nic.in	कर्नाटक राज्य शासनाची वेबसाईट. कृषी विभागाच्या योजना, बाजारभावांची माहिती उपलब्ध करण्यात आली आहे.
३६.	www.keralaagriculture.gov.in	केरळ राज्याच्या कृषी विभागाची वेबसाईट. मसाला पिके, कॉफी, नारळ या पिकांची सविस्तर माहिती उपलब्ध आहे.

क्र.	वेबसाईटचा पत्ता	तपशील
३७.	www.kvk.pravara.com	प्रवरानगर कृषी विज्ञान केंद्राची वेबसाईट. कृषी हवामान अंदाज सल्ला, कीड व रोग अंदाज आणि सल्ला उपलब्ध आहे. प्रगत शेतकरी, पीक तंत्रज्ञान व कृषी रोजगार यांची माहिती आहे.
३८.	www.kvkamravati.org	अमरावती कृषी विज्ञान केंद्राची वेबसाईट. कृषी हवामान, पीक सल्ला उपलब्ध आहे.
३९.	www.kvkbaramati.com	बारामती कृषी विज्ञान केंद्राची वेबसाईट. कृषी हवामान, पीक सल्ला उपलब्ध आहे.
४०.	www.mahaagri.gov.in	महाराष्ट्र राज्याच्या कृषी विभागाची वेबसाईट. अद्ययावत कृषी तंत्रज्ञान, कृषी विभागाच्या योजना, कीड-रोग व्यवस्थापन, पाणलोट विकास, जल व्यवस्थापन इत्यादी माहिती आहे. कृषी क्षेत्राशी निगडित सर्व विषयांची माहिती असून वेबसाईट मराठी भाषेत आहे.
४१.	www.mahabeej.com	महाराष्ट्र राज्य बियाणे महामंडळाची वेबसाईट. उपलब्ध बियाण्याविषयी माहिती देण्यात आली आहे.
४२.	www.mahanhm.gov.in	राष्ट्रीय फलोत्पादन अभियानाची वेबसाईट आहे. अभियानांतर्गत राबवण्यात येणाऱ्या सर्व योजनांची माहिती देण्यात आलेली आहे.
४३.	www.maharashtra.gov.in	महाराष्ट्र शासनाची वेबसाईट. यामध्ये सर्व विभागांची माहिती मिळते. तसेच राज्य शासनाकडून राबवण्यात येणाऱ्या नवीन प्रकल्पांची माहिती मिळते.
४४.	www.mahasilk.gov.in	महाराष्ट्राच्या रेशीम संचालनालयाची वेबसाईट. रेशीम शेती, रेशीम तयार करणे, रेशीम कापड, विणकाम यंत्र इत्यादींची माहिती आहे. रेशीम विकास योजनांची माहिती दिली आहे.
४५.	www.maidcmumbai.com	महाराष्ट्र कृषी उद्योग विकास महामंडळाची वेबसाईट. खते, औषधे, अवजारे याविषयी सर्व माहिती उपलब्ध आहे.
४६.	www.manage.gov.in	कृषी विस्ताराचे कार्य करणाऱ्या मॅनेज संस्थेची वेबसाईट. निरनिराळ्या विषयांच्या प्रशिक्षण कार्यक्रमांची माहिती देण्यात आलेली आहे.

क्र.	वेबसाईटचा पत्ता	तपशील
४७.	www.nhrdf.com	नॅशनल हॉर्टीकल्चर रिसर्च व डेव्हलपमेंट फाउंडेशनची वेबसाईट. काढणीपश्चात व्यवस्थापन, कीड व रोग, बियाणे याबाबत माहिती उपलब्ध आहे.
४८.	www.nmpb.nic.in	राष्ट्रीय औषधी वनस्पती मंडळाची वेबसाईट. ऑनलाईन नोंदणीची व्यवस्था आहे. पीक उत्पादन पद्धतींची माहिती आहे.
४९.	www.nrcpomegranate.org	राष्ट्रीय डाळिंब संशोधन केंद्राची वेबसाईट. कीड व रोग नियंत्रणाची इत्थंभूत माहिती ठेवलेली आहे. डाळिंब पिकाविषयी सर्व माहिती उपलब्ध आहे.
५०.	www.nabard.org	राष्ट्रीय कृषी व ग्रामीण विकास बँकेची वेबसाईट. शेतकऱ्यांकरिता कर्ज उपलब्धतेची माहिती आहे. तसेच ग्रामीण विकासाच्या विविध योजनांची माहिती आहे.
५१.	www.pdkv.ac.in/	डॉ. पंजाबराव देशमुख कृषी विद्यापीठाची वेबसाईट. सोयाबीन कीड-रोगाविषयी माहिती उपलब्ध आहे. विद्यापीठाकडून घेण्यात येणाऱ्या कार्यक्रमांची माहिती प्राप्त होते.
५२.	www.teaboard.gov.in	भारतीय चहा महामंडळाची वेबसाईट. चहा पिकाच्या लागवडीबाबत, तसेच शासनाच्या योजनांची माहिती आहे. सर्व माहिती हिंदी भाषेत आहे.
५३.	www.tnagmark.tn.nic.in	तमिळनाडू कृषी विद्यापीठाची वेबसाईट. राज्यातील बाजारभावांची माहिती आहे.
५४.	www.walmi.org	जल व भूमी व्यवस्थापन प्रशिक्षण संस्थेची वेबसाईट. मराठी भाषेतही माहिती उपलब्ध. जल व भूसंधारण याविषयी सर्व माहिती उपलब्ध आहे.
५५.	www.agmarknet.nic.in	देशातील बाजारपेठांची विस्तृत माहिती देणारी वेबसाईट. दैनंदिन बाजारभाव, विश्लेषण, संयुक्त शेती, वायदेबाजार इत्यादींची माहिती उपलब्ध आहे.
५६.	www.apeda.com	अपेडाच्या या वेबसाईटवर प्रक्रिया, व्यापार आणि निर्यातीबाबत सर्व माहिती आहे. कृषिविषयक प्रदर्शने व इतर कार्यक्रमांच्या माहितीसोबतच द्राक्ष, डाळिंब, सेंद्रिय शेती यांच्या नोंदणीची व्यवस्था आहे. हिंदी भाषेतही माहिती उपलब्ध आहे.

क्र.	वेबसाईटचा पत्ता	तपशील
५७.	www.ksamb.gov.in	कर्नाटक कृषी पणन मंडळाची वेबसाईट. बाजार समित्यांतील दैनंदिन बाजारभाव, प्रक्रिया केंद्र, शीत साठवण केंद्र, साठवण व्यवस्थेची माहिती देण्यात आली आहे.
५८.	www.market.ap.nic.in	आंध्र प्रदेशाच्या पणन विभागाची वेबसाईट. वायदे-बाजाराविषयी माहितीही उपलब्ध आहे. बाजार समित्यांचे दैनंदिन बाजारभाव उपलब्ध आहेत.
५९.	www.mpmandiboard.com	मध्य प्रदेश राज्य कृषी पणन मंडळाची वेबसाईट.
६०.	www.msamb.com	महाराष्ट्र राज्य कृषी पणन मंडळाची वेबसाईट. सर्व बाजार समित्यांचे दैनंदिन बाजारभाव उपलब्ध आहेत. कंत्राटी शेती, तसेच पणनविषयी नियम व कायदे यांची माहिती देण्यात आली आहे.
६१.	www.mswarehousing.com	राज्याच्या वेअर हाउसिंग कॉर्पोरेशनची वेबसाईट. देण्यात येणाऱ्या सुविधांची तसेच तंत्रज्ञानाची माहिती आहे.
६२.	www.rajamb.com	राजस्थान कृषी पणन मंडळाची वेबसाईट. कृषी उद्योग तसेच निर्यातीविषयी माहिती देण्यात आली आहे.
६३.	http://ciae.nic.in	केंद्रीय कृषी अभियांत्रिकी प्रशिक्षण संस्थेची वेबसाईट आहे. निरनिराळी अवजारे तयार करण्याची माहिती देण्यात आली आहे.
६४.	http://mced.nic.in	गावांमध्ये सुरू करावयाच्या लघु उद्योगांची माहिती उपलब्ध आहे. महाराष्ट्रातील सर्व केंद्रांची तसेच त्यांच्यामार्फत उपलब्ध असलेल्या सुविधांची माहिती आहे.
६५.	www.coirboard.nic.in	नारळाच्या करवंटीपासून मिळणाऱ्या ताग्याच्या निरनिराळ्या वस्तू बनवण्याची माहिती, लघु उद्योग सुरू करण्याबाबत, तसेच शासनाच्या योजनांची माहिती देण्यात आली आहे.
६६.	www.mofpi.nic.in	केंद्र शासनाच्या अन्नप्रक्रिया विभागाची वेबसाईट आहे. ग्रामीण भागात अन्नप्रक्रिया केंद्र सुरू करण्याच्या विविध योजनांची माहिती, अन्नप्रक्रियेबाबत अद्ययावत तांत्रिक माहिती देण्यात आली आहे.

क्र.	वेबसाईटचा पत्ता	तपशील
६७.	www.nsic.co.in	राष्ट्रीय लघुउद्योग निगमची वेबसाईट. कृषी संलग्न लघु उद्योग सुरू करण्याबाबत माहिती उपलब्ध आहे. संस्थेमार्फत राबवण्यात येणाऱ्या योजनांची माहिती आहे.
६८.	http://mango.importers.com	आंबा निर्यातदार व आयातदारांची सूची उपलब्ध आहे. इतर कृषी उत्पादनांबाबतही माहिती उपलब्ध आहे.
६९.	www.evergreenexports.net	मसाला पिके, कडधान्ये इत्यादींच्या निर्यातीविषयी वेबसाईट. या पिकांच्या काढणीविषयी माहिती देण्यात आलेली आहे.
७०.	www.eximbankagro.com	सेंद्रिय शेती, जैवतंत्रज्ञान याबाबतची माहिती. निर्यात-आयातीबाबत माहिती, अद्ययावत तंत्रज्ञानाची माहिती उपलब्ध. या वेबसाईटचे सभासद होणे आवश्यक आहे.
७१.	www.exporterindia.com	भारतातील सर्व उत्पादनांची निर्यात करणाऱ्या व्यापाऱ्यांची / संस्थांची सूची देण्यात आलेली आहे. वेबसाईट वापरण्यास सोपी आहे.
७२.	www.macagri.com	गळीत धान्ये व मसाला पीक यांच्या निर्यातीविषयी सर्व माहिती देण्यात आली आहे. वेबसाईटमार्फत उत्पादनांची खरेदी-विक्री करता येते.
७३.	www.moepl.com	गळीत धान्ये तसेच सोयाबीन, कापूस, तेलाची सर्व माहिती प्राप्त होते. खरेदी, विक्री व निर्यात यांची व्यवस्था उपलब्ध आहे.
७४.	http://aglandinvest.com	इथेनॉल आणि बायोडिझेलबाबत माहिती देणारी वेबसाईट.
७५.	http://allindiatransportdirectory.com	भारतामध्ये सर्व प्रकारची व सर्व माध्यमातून वाहतूक करणाऱ्या संस्थांची सूची या वेबसाईटवर उपलब्ध आहे.
७६.	http://emufarming.org	इमूपालनाविषयी सविस्तर माहिती ठेवली आहे. इमूपालनातील विविध उत्पादने तसेच पक्ष्यांची घ्यावयाची काळजी याबाबत माहिती उपलब्ध आहे.
७७.	http://mahabanana.com	महाराष्ट्र केळी बागायतदार संघाची वेबसाईट. केळी उत्पादकांना देण्यात येणाऱ्या सुविधांची माहिती देण्यात आलेली आहे.

क्र.	वेबसाईटचा पत्ता	तपशील
७८.	http://maharashtragrapes.com	द्राक्ष पिकाची सर्व माहिती देण्यात आलेली आहे. द्राक्ष बागायतदार संघाच्या योजनांची माहिती उपलब्ध आहे.
७९.	http://sugarcane-breeding.tn.nic.in	ऊस ब्रिडिंग प्रशिक्षण संस्थेची वेबसाईट ऊस उत्पादनाबाबत अद्ययावत तंत्रज्ञान तसेच नवीन वाणांची माहिती देण्यात आलेली आहे.
८०.	http://www.indiawaterportal.org	पाणलोट व्यवस्थापन, शेतीतील पाण्याची बचत, ठिबक सिंचन याबाबत विस्तृत माहिती या वेबसाईटवर आहे.
८१.	www.actahort.org	फलोत्पादन क्षेत्रात उपलब्ध असलेल्या माहितीची सूची ठेवण्यात आली आहे.
८२.	www.agrifax.com	जनावरांचे खाद्य, उत्पादन, पॅकेजिंग याबाबतची माहिती उपलब्ध आहे.
८३.	www.agrihorticultureindia.com	शोभेची झाडे, फुले, लँड स्केपिंग, बागांची निगा याबाबत माहिती देण्यात आलेली आहे. संस्थेमार्फत घेतल्या जाणाऱ्या प्रशिक्षणांची माहिती उपलब्ध आहे.
८४.	www.agrilaunch.com	कृषी, पशुधन, फळे, भाजीपाला, उपकरणे इत्यादींबाबत माहिती देणारी वेबसाईट. निरनिराळ्या विषयांच्या असंख्य वेबसाईट्सबाबत येथे माहिती मिळते.
८५.	www.agritourismworld.com	कृषी पर्यटन व्यवसायाविषयी माहिती देण्यात आलेली आहे. कृषी पर्यटनाच्या विविध प्रकारांची माहिती येथे पाहायला मिळते.
८६.	www.beesfordevelopement.org	मधमाशीपालनाविषयी सर्व माहिती देण्यात आली आहे. मधमाश्यांमुळे पिकांना होणारा फायदा तसेच मधाचे उपयोग यांची माहिती प्राप्त होते.
८७.	www.compost.in	सेंद्रिय खते, गांडूळ खत इत्यादी तंत्रज्ञानाची माहिती उपलब्ध आहे. उपकरणे बनवणाऱ्या कंपन्या तसेच कंपोस्ट खरेदीदारांची माहिती देण्यात आलेली आहे.
८८.	www.flowersofindia.net	या वेबसाईटवर फुलां-पिकांविषयी सर्व माहिती देण्यात आलेली आहे. नर्सरींचीसुद्धा माहिती देण्यात आली आहे.
८९.	www.foginfo.org	सेंद्रिय शेतीबाबत अद्ययावत तंत्रज्ञान उपलब्ध आहे. सेंद्रिय शेतीच्या नोंदणी व प्रमाणीकरण यांची माहिती आहे.

क्र.	वेबसाईटचा पत्ता	तपशील
९०.	www.haccpalliance.org	हॅसप प्रमाणीकरणाबाबत माहिती उपलब्ध आहे. अन्नसुरक्षा मोहिमांचे तसेच त्याबाबतचे लेखनसाहित्य उपलब्ध आहे.
९१.	www.isapindia.com	इंडियन सोसायटी ऑफ ॲग्रोबिझनेस प्रोफेशनल्सची वेबसाईट. संस्थेमार्फत राबवण्यात येणाऱ्या विविध कार्यक्रमांची माहिती प्राप्त होते.
९२.	www.indiaagristat.com	देशातील कृषी व संलग्न क्षेत्रातील अद्ययावत आकडेवारी देणारी वेबसाईट. पिकांचे क्षेत्र, मजुरी शुल्क, निर्यात-आयात याबाबत माहिती मिळते.
९३.	www.kisan.net	देशातील शेतकऱ्यांचे वेबसाईटच्या माध्यमातून संघटन केले जाते. याचे सभासद होणे आवश्यक आहे. इतर शेतकऱ्यांचे अनुभव वाचायला मिळतात.
९४.	www.kisanayog.gov.in	राष्ट्रीय किसान आयोगाची वेबसाईट. आयोगाच्या निरनिराळ्या कार्यक्रमांची तसेच योजनांची माहिती.
९५.	www.mahindrakisanmitra.com	अद्ययावत कृषी तंत्रज्ञान, हवामान अंदाज, पिकांचे काढणीपश्चात व्यवस्थापन इत्यादींची माहिती देण्यात आली आहे. निरनिराळी अवजारे व ट्रॅक्टर इत्यादींची माहिती उपलब्ध केली आहे.
९६.	www.mahyco.com	महिको कंपनीची वेबसाईट. निरनिराळ्या वाणांची तसेच बियाण्यांची माहिती उपलब्ध आहे.
९७.	www.neemfoundation.com	शेतामध्ये कडुनिंबाचा वापर करण्याबाबत सर्व माहिती उपलब्ध आहे.
९८.	www.nrdcindia.com	नॅशनल रिसर्च डेव्हलपमेंट कॉर्पोरेशन वेबसाईट. कृषी क्षेत्रात होणाऱ्या संशोधनाची अद्ययावत माहिती देण्यात आली आहे. ऑनलाईन लागवडीची माहिती उपलब्ध आहे.
९९.	www.nssn.org	विविध शेती उत्पादनांची आंतरराष्ट्रीय प्रमाणके शोधण्यासाठी व्यवस्था, सर्च इंजीन
१००.	www.ocia.org	सेंद्रिय पीक सुधारणा संघटनेची वेबसाईट. प्रमाणीकरणाबाबत माहिती उपलब्ध आहे.

क्र.	वेबसाईटचा पत्ता	तपशील
१०१.	www.qai-inc.com	क्वालिटी ॲशुरन्स इंटरनॅशनलची वेबसाईट. सेंद्रिय शेतीची तसेच प्रमाणीकरणाची माहिती उपलब्ध आहे.
१०२.	www.rcfltd.com	आरसीएफची वेबसाईट. खत वापराविषयी माहिती उपलब्ध. निरनिराळ्या योजनांची माहिती आहे.
१०३.	www.sagunabaug.com	महाराष्ट्रातील कृषी पर्यटनाविषयी माहिती देणारी वेबसाईट. कृषी पर्यटन कशा पद्धतीने विकसित करता येते, याची कल्पना वेबसाईट पाहून येते.
१०४.	www.soilassociation.org	सेंद्रिय उत्पादनांबाबतची माहिती आहे. तसेच प्रमाणीकरण करण्याबाबत माहिती उपलब्ध आहे.
१०५.	www.vsisugar.com	वसंतदादा ऊस संशोधन केंद्राची वेबसाईट. नवीन वाण, शेतात करावयाची कामे, कीड व रोग यांची माहिती आहे. प्रशिक्षण कार्यक्रमांची माहिती आहे.
१०६.	http://www.mcxindia.com	कृषी उत्पादनांच्या वायदेबाजाराची वेबसाईट. वायदेबाजारातील दैनंदिन भावांची माहिती मिळते. सभासदत्वही होता येते.
१०७.	http://www.ncdex.com	कृषी उत्पादनांच्या वायदेबाजाराची वेबसाईट. वायदेबाजारातील दैनंदिन भावांची माहिती मिळते. सभासदत्वही होता येते.
१०८.	http://www.nmce.com	वायदेबाजाराविषयी वेबसाईट. रबर, मिरे, गळीत धान्याचे बाजारभाव व विक्री व्यवस्थापन उपलब्ध आहे.
१०९.	www.agricultureinformation.com	कृषी उत्पादने व साहित्य यांची ऑनलाईन खरेदी-विक्री व्यवस्था केली आहे. तज्ज्ञांमध्ये ऑनलाईन सल्लामसलत होऊन त्यांचे अभिप्राय वेबसाईटवर उपलब्ध होतात.
११०.	www.agriwatch.com	देशातील बाजारपेठांची माहिती या वेबसाईटवर उपलब्ध आहे. वायदेबाजार आणि शासनाचे विविध निर्णय यांची ठळक माहिती आहे. हवामानाची माहिती व बाजारपेठांची परिस्थिती यांचे विश्लेषण उपलब्ध आहे.
१११.	www.agrotrade.net	शेती उत्पादने, दूधजन्य उत्पादने तसेच प्रक्रिया केलेले पदार्थ यांची ऑनलाईन खरेदी-विक्री करण्याची वेबसाईट आहे.

क्र.	वेबसाईटचा पत्ता	तपशील
११२.	www.citaworld.org.in	आंतरराष्ट्रीय कृषी कृषिजन्य उद्योग केंद्र सीआयटीएची वेबसाईट. संस्थेमार्फत राबवण्यात येणाऱ्या योजना तसेच 'शरद कृषी' या मासिकाविषयी माहिती देण्यात आली आहे.
११३.	www.cropking.com	हरितगृहामध्ये पीक उत्पादनाबाबत माहिती. हायड्रोपोनीक्स तंत्रज्ञानाची माहिती उपलब्ध आहे. विविध घटकांची ऑनलाईन खरेदी-विक्री करण्याची व्यवस्था आहे.
११४.	www.dairynetwork.com	दूध डेअरी क्षेत्रातील आंतरराष्ट्रीय घडामोडींची माहिती, अद्ययावत तंत्रज्ञानाची माहिती, ऑनलाईन खरेदी-विक्रीची व्यवस्था उपलब्ध आहे.
११५.	www.echoupal.com	आयटीसीमार्फत राबवण्यात येणाऱ्या ऑनलाईन मार्केटिंगची वेबसाईट. सदर वेबसाईट वापरण्याकरिता नोंदणी करणे आवश्यक आहे.
११६.	www.fairtradefederation.com	फेअर ट्रेड फेडरेशनची वेबसाईट. सर्व शेती उत्पादने, उपकरणे, प्रक्रिया केलेले पदार्थ यांचा व्यापार करणाऱ्यांची सूची उपलब्ध आहे.
११७.	www.grainfarmer.com	या वेबसाईटवर अन्नधान्य पिकवणारे शेतकरी व व्यापारी यांना उपयुक्त अशी माहिती देण्यात आली आहे. अद्ययावत तंत्रज्ञानाची माहिती व ऑनलाईन खरेदी-विक्री उपलब्ध आहे.
११८.	www.ikisan.com	या वेबसाईटवर अद्ययावत तंत्रज्ञानाची, हवामानाची तसेच बाजारपेठांची माहिती देण्यात आलेली आहे. सात भाषांमध्ये माहिती उपलब्ध आहे.
११९.	www.indiancommodity.com	भारतातील बाजारपेठांमध्ये असलेल्या सर्व महत्त्वाच्या उत्पादनांचे बाजारभाव, आवक, व्यापारी इत्यादींची माहिती आहे. आंतरराष्ट्रीय बाजारपेठांचे विश्लेषण उपलब्ध आहे.
१२०.	www.tradeindia.com	सर्व प्रकारची कृषी उत्पादने खरेदी-विक्री करणाऱ्या देशातील व्यापाऱ्यांची सूची देण्यात आलेली आहे.
१२१.	http://www.indiawine.com	वाईन निर्मितीबाबत माहिती देण्यात आलेली आहे. महाराष्ट्रातील वाईन पार्क, इम्पोर्ट ड्युटी, निर्यातदारांची सूची, द्राक्ष प्रक्रियेबाबत माहिती उपलब्ध आहे.

क्र.	वेबसाईटचा पत्ता	तपशील
१२२.	www.cashewindia.com	काजू प्रक्रिया उपकरणांची माहिती देण्यात आलेली आहे. काजू निर्यातीबाबतही माहिती उपलब्ध आहे.
१२३.	www.cashewmachines.com	काजू प्रक्रिया उपकरणांची माहिती देण्यात आलेली आहे. काजू पॅकिंगबाबतही माहिती उपलब्ध आहे.
१२४.	www.indiawineacademy.com	देशातील वाईन निर्मिती प्रशिक्षण संस्थांची माहिती मिळते. देशातील वाईन बाजारांचीही माहिती देण्यात आलेली आहे.
१२५.	www.indiawines.org	महाराष्ट्रातील वाईन द्राक्षांचे क्षेत्र, उत्पादनांचे तंत्र, वाईन खरेदीदार इत्यादींची माहिती उपलब्ध आहे.
१२६.	www.maharashtradirectory.com	या वेबसाईटवर कृषी प्रक्रिया युनिट, अवजारे व इतर यंत्रसामग्री उत्पादन करणाऱ्या उत्पादकांची माहिती आहे.
१२७.	www.mangalorecashews.com	काजू प्रक्रिया उपकरणांची माहिती देण्यात आलेली आहे. काजू निर्यातीबाबतही माहिती उपलब्ध आहे.
१२८.	www.packagingconnections.com	निरनिराळ्या प्रकारची वेष्टने, बॉक्सेस याबाबत सविस्तर माहिती मिळते. पॅकेजिंगच्या अद्ययावत तंत्रज्ञानाची तसेच पुरवठादारांची माहिती प्राप्त होते.
१२९.	http://www.fruitnet.com	फळपिकांच्या बाजारपेठांची जागतिक स्तरावरील वेबसाईट. फळांच्या निर्यात व आयातीबाबत सर्व देशांची माहिती. बाजारपेठांचे संशोधन व अंदाज उपलब्ध आहेत.
१३०.	http://www.fruitonline.com	फळपिकांची प्रतवारी, निर्यात-आयातीबाबत जागतिक माहिती उपलब्ध आहे. वेबसाईटच्या सभासदांना नियमितपणे माहिती प्राप्त होते.
१३१.	www.ecib.com	युरोपियन चेंबर ऑफ इंटरनॅशनल बिझनेसची वेबसाईट. युरोपातील आयातदार, निर्यातदार, प्रमाणके इत्यादींची माहिती.
१३२.	www.intracen.org	इंटरनॅशनल ट्रेड सेंटरची वेबसाईट. आयात/निर्यात तसेच बाजारभावांचे विश्लेषण उपलब्ध आहे.
१३३.	www.venexport.com	व्हेनेझुएला देशातील आयातदार कंपन्यांची सूची देण्यात आलेली आहे.

क्र.	वेबसाईटचा पत्ता	तपशील
१३४.	www.wine-searcher.com	जगभरातील वाईन व्यापार करणाऱ्यांची सूची उपलब्ध आहे.
१३५.	http://beta.irri.org	आंतरराष्ट्रीय भात संशोधन संस्थेची वेबसाईट. भातपिकाचे अद्ययावत तंत्रज्ञान तसेच संशोधनाबाबत माहिती देण्यात आलेली आहे.
१३६.	www.agnic.org	आंतरराष्ट्रीय स्तरावर कृषिविषयी होणाऱ्या परिषदा व चर्चासत्रे यांची माहिती.
१३७.	www.cottonpromotion.org	कापसाबाबत आंतरराष्ट्रीय स्तरावर होणाऱ्या घडामोडींची माहिती देणारी वेबसाईट आहे. माहिती हिंदी भाषेत उपलब्ध आहे.
१३८.	www.fallingrain.com	पुढील सात दिवसांचा हवामान अंदाज पाहण्याकरिता अत्यंत उपयुक्त वेबसाईट. नोंदणी झालेल्या कोणत्याही ठिकाणाचा अंदाज पाहता येतो.
१३९.	www.icrisat.org	इक्रीसॅट संस्थेची वेबसाईट. कोरडवाहू शेतीमधील संशोधन व अद्ययावत तंत्रज्ञान यांची माहिती दिलेली आहे.
१४०.	www.iffco.nic.in.com	इफको कंपनीची वेबसाईट. खतांविषयी माहिती उपलब्ध. कंपनीमार्फत राबवण्यात येणाऱ्या योजनांची माहिती आहे.
१४१.	www.ifoam.org	आंतरराष्ट्रीय स्तरावर सेंद्रिय शेतीबाबत होणाऱ्या घडामोडींची माहिती देण्यात आली आहे.
१४२.	www.krav.se	युरोपातील सेंद्रिय प्रमाणीकरण संस्थेची वेबसाईट. प्रमाणीकरण निकषांची माहिती उपलब्ध आहे. माहिती इंग्लिश भाषेत पाहण्याची सोय आहे.
१४३.	www.linksorganic.com	सेंद्रिय शेतीबाबत इंग्लंडमधील वेबसाईट. यामध्ये प्रमाणीकरण संस्था, शेतकरी तसेच व्यापारी यांची सूची उपलब्ध आहे.
१४४.	www.science.co.il	इस्त्रायली शेतितंत्रज्ञान या वेबसाईटद्वारे उपलब्ध होते. निरनिराळ्या संस्थांच्या वेबसाईट्स उपलब्ध होतात.
१४५.	www.undp.org	संयुक्त राष्ट्रसंघाची वेबसाईट. गरिबी हटाव, ग्रामीण आरोग्य इत्यादी विषयांची माहिती देण्यात आली आहे. निरनिराळ्या योजनांची व कार्यक्रमांची माहिती आहे.

क्र.	वेबसाईटचा पत्ता	तपशील
१४६.	www.vegetablegrowersnews.com	जागतिक स्तरावर पीक संरक्षण, शेती अवजारे, खते, बियाणे, सेंद्रिय शेती पद्धती, मल्चिंग, पॅकिंग इत्यादी बाबींचा व्यापार करणाऱ्यांची सूची प्राप्त होते.
१४७.	www.who.org	जागतिक आरोग्य संघटनेची वेबसाईट. निरनिराळ्या देशांत ग्रामीण आरोग्यविषयक योजनांची माहिती उपलब्ध आहे.
१४८.	www.worldbank.org	जागतिक बँकेची वेबसाईट. निरनिराळ्या देशांतील कृषी उद्योग व त्यांना होणारा पतपुरवठा यांची माहिती आहे.
१४९.	http://nrcgrapes.nic.in	राष्ट्रीय द्राक्ष संशोधन केंद्राची वेबसाईट. द्राक्ष उत्पादन, प्रक्रिया व विक्री व्यवस्थेची सर्व माहिती आहे. हवामान अंदाज व त्यावर आधारित सल्ला उपलब्ध आहे. जागतिक बाजारपेठेचे विश्लेषणही मिळते.
१५०.	http://www.flowerweb.nl	जागतिक फुलांच्या बाजारपेठेत चालू असलेल्या घडामोडी समजतात. हवामान, फूलपिकांची प्रतवारी, जागतिक व्यापारी यांची माहिती ठेवण्यात आलेली आहे.
१५१.	www.organic-europa.net	युरोपीय देशांमधील सेंद्रिय शेतीविषयक घडामोडींची माहिती देणारी वेबसाईट.
१५२.	www.pronatura.com	जागतिक स्तरावरील सेंद्रिय पदार्थ खरेदी करणारी महत्त्वाची संस्था. सेंद्रिय उत्पादनांची माहिती आहे.
१५३.	www.wto.org	जागतिक व्यापार संघटनेची वेबसाईट. कृषी क्षेत्राशी निगडित आंतरराष्ट्रीय गॅट कराराची सर्व माहिती उपलब्ध.
१५४.	www.ams.usda.gov	अमेरिकेची कृषी बाजार व्यवस्थेची वेबसाईट. प्रतवारी, प्रमाणीकरण इत्यादींची माहिती आहे. काढणीपश्चात व्यवस्थापनाचीही माहिती आहे.

❑

गोविंद गंगाराम हांडे (कृषी सेवारत्न)
(बी.एस्सी. (ॲग्री), एम.एस्सी (ॲग्री एन्टोमोलॉजी)
संपर्क क्र. : ९४२३५७५९५६
ई-मेल : govindhande@gmail.com, giacs09@gmail.com

- राज्यस्तरीय तांत्रिक सल्लागार, राष्ट्रीय फलोत्पादन अभियान, महाराष्ट्र राज्य, पुणे
- सेवानिवृत्त तंत्र अधिकारी - निर्यात, कृषी आयुक्तालय, महाराष्ट्र राज्य, पुणे

कार्यरत

- टेक्निकल ॲडव्हायजर, ग्लोबल इम्पेक्स ॲग्रो कन्सलटन्सी सर्व्हिसेस, पुणे
- सदस्य, मराठा चेंबर ऑफ कॉमर्स इंडस्ट्रिज ॲण्ड ॲग्रीकल्चर ॲग्री बिझनेस कमिटी, पुणे
- सदस्य, इन्स्टिट्यूशन ॲग्रीकल्चर टेक्नॉलॉजी, पुणे (IAT)
- सदस्य, किसान सेवा फाउंडेशन, पुणे
- सदस्य, ॲग्री बिझनेस, सकाळ इंटरनॅशनल लर्निंग सेंटर, पुणे (SIILC)
- सल्लागार, केन्स बायोसेस, पुणे
- सल्लागार, भारत पेस्ट कंट्रोल, पुणे

कार्यपरिचय

- कृषिमाल निर्यातीकरिता फायटोसॅनिटरी प्रमाणीकरण
- युरोपीय व इतर देशांना कीडनाशक उर्वरित अंशची हमी देण्याकरिता ट्रेसेबिलिटी नेटअंतर्गत ग्रेपनेट, मँगोनेट, अनारनेट व व्हेजनेट यांच्या अंमलबजावणीमुळे राज्यातून फळे व भाजीपाला निर्यातीला चालना दिली.
- १३ फळे व भाजीपाला पिकांकरिता भौगोलिक मानांकन प्राप्त करून दिले.
- PPPIADAतंर्गत फळपिकांच्या प्रकल्पाकरिता प्रकल्प समन्वयक म्हणून काम पाहिले.
- कृषिमाल निर्यातीशी संबंधित अनेक विषयांवर 'सकाळ ॲग्रोवन'सह विविध दैनिके, मासिके यांच्यामधून लेख प्रसिद्ध; तसेच संबंधित विषयांवर दूरदर्शनवरून मुलाखती प्रसारित
- कृषिमाल निर्यात विषयाशी संबंधित विविध प्रशिक्षणांमध्ये सहभाग

अभ्यागत व्याख्याते (Guest Faculty)

● यशदा, पुणे ● महाराष्ट्र राज्य ॲग्रीकल्चर मार्केटिंग बोर्ड, पुणे ● वनामती, नागपूर ● मिटकॉन, पुणे ● महाराष्ट्र उद्योजकता विकास मंडळ, पुणे ● रानिती, पुणे, नाशिक, कोल्हापूर व खोपोली ● सकाळ इंटरनॅशनल लर्निंग सेंटर, पुणे ● कृषी विज्ञान केंद्र, बारामती ● मराठा चेंबर ऑफ कॉमर्स इंडस्ट्रिज ॲग्रीकल्चर, पुणे ● पुणे इंटरनॅशनल सेंटर ● गोखले इन्स्टिट्यूट ● वेमनीकॉम, पुणे

पुरस्कार

● अभिनव गौरव पुरस्कार (२००६) ● माजी केंद्रीय कृषिमंत्री यांच्या हस्ते द्राक्ष निर्यातीत उल्लेखनीय कामाकरिता द्राक्ष बागायतदार संघाचा पुरस्कार (२००८) ● 'कृषि वसंत'च्या आयोजनाबाबत शासकीय प्रशस्तीपत्र (२०१४) ● कृषि निर्यात क्षेत्रात उल्लेखनीय कार्याबाबत अग्रोवर्ल्ड पुरस्कार (२०१५) ● फलोत्पादन निर्यातीत उल्लेखनीय कामाकरिता यशवंतराव चव्हाण मुक्त विद्यापीठ व ॲग्रोवनतर्फे पुरस्कार (२०१६) ● पद्मश्री डॉ. विठ्ठलराव विखे पाटील कृषि सेवारत्न पुरस्कार (२०१६) ● अखिल महाराष्ट्र डाळिंब उत्पादक संघातर्फे डाळिंब रत्न पुरस्कार (२०१८)

www.ingramcontent.com/pod-product-compliance
Lightning Source LLC
LaVergne TN
LVHW062203171026
850499LV00044B/1841
9789387408579